# MASO NDI MASO

Kuyang'ana Mwa Uzimu Pa Moyo Wa Mose, Munthu Amene Mulungu Adamuona Maso Ndi Maso

F. Wayne Mac Leod

**Light To My Path Book Distribution**
Sydney Mines, Nova Scotia, CANADA

Maso ndi Maso

Kulembedwa koyamba mchi'ngerezi m'chaka cha 2017 ndi F. Wayne Mac Leod, komanso kutanthauzidwa koyamba m'Chichewa ndi Brother Francis Ananda Chipukunya m'chaka cha 2024.

Zolembedwa zonse ndi zotetezedwa. Palibe gawo lina lililonse lomwe lingatengedwa popanda lamulo la mlembi wa bukuli. Ulemu wa padera upite kwa Pat Schmidt yemwe adawerenga zolembedwa mchingerezi m'bukuli.

# Zamkatimu

Chiyambi ............................................................................... 5
MUTU 1 - Kudzipereka Kwa Mulungu ............................... 7
MUTU 2 - M'dziko La Midyani ............................................ 13
MUTU 3 – Zipora ................................................................ 21
MUTU 4 - Moto Wa Mulungu .............................................. 27
MUTU 5 - Ndidzakhala Ndi Inu .......................................... 33
MUTU 6 – Mafunso ............................................................ 39
MUTU 7 - Chifukwa Chiyani Munandituma? ..................... 44
MUTU 8 - Pita Kalakhule Ndi Mfumu Farao ...................... 51
MUTU 9 - Mose Alira Kwa Mulungu .................................. 59
MUTU 10 - Dzanja Lokwezedwa Mmwamba ..................... 67
MUTU 11 - Pamwamba Pa Phiri ........................................ 73
MUTU 12 - Kufatsa Kwa Mose .......................................... 79
MUTU 13 - Ngati Kukhalapo Kwanu Sikuyenda Ndi Ine ... 87
MUTU 14 - Lankhulani Ndi Thanthwe ............................... 93
Kuwala Kwa Njira Yanga Yogawika Book ...................... 101

# Chiyambi

Mose ndi munthu yemwe Mulungu adamudziwa maso ndi maso. Ulemerero wanji! Mose adali munthu wokonderedwa. Nthawi zambiri ankayitanidwa ndi Mulungu, ndipo iwo ankayankhulana. Mose adaona ndi kumva zinthu zimene ife tidzangoziona chabe, ndiponso kungodzimva m'moyo wathu wakutsogolo. Sindikukhulupirira kuti Mose adali wosiyana ndi ife, koma kuti chisomo cha Mulungu chidathiridwa pa iye mobzola muyeso, Sikuti adali wangwiro, Iye adali ndi mavuto ambiri pa banja lake, Iye ankadziwa kuti kukhumudwitsidwa pa Utumiki zimatanthauza chiyani. Komabe, Mose adali ndi zinthu zimene zingatithandize ife kuti timutumikire bwino Mulungu.

Phunziro lino landisuntha kwambiri. Ndikupemhera kuti lisunthenso inuyo. Buku lino musaliwerenge kamodzi kokha ayi. Ndikukupemphani kuti mufufunze moyo wanu nthawi zomwe pamene mwawerenga buku lino. Ndikupempha kuti zomwe adachita Mose zisunthe moyo wanu chifukwa chowerenga buku lino.

F. Wayne Mac Leod

# MUTU 1 - Kudzipereka Kwa Mulungu

*Kuwerenga Eksodo 11-2:10*

Iyi idali nthawi yowawitsa kwa anthu a Mulungu. Iwo adali akapolo mdziko la chilendo la Egypt. Ngakhale adali kuzuzika choncho, Yehova Mulungu wawo adawadalitsa. Mwa chisomo chake iwo adali kuberekana kwambiri. Farao mfumu ya Egypt idayamba kuda nkhawa ndi iwo. Iyo idali kuopa kuti tsiku lina anthu awa atha kudzagonjetsa anthu ake. Iyo idaganiza, ndi kupenza njira mwasanga kuti izi zisadzachitike. Farao adayankhula ndi anamwino am'dziko lake kuti:

*16 "Pamene mukubereketsa mzimayi wa chihebiru, pamene iye wabereka mwana wa mamuna jssisidudud, iphani mwanayo, koma pamene wabereka mwana wa mkazi, msiyeni wa moyo mwanayo." (Eksodo 1)*

Baibulo limatiuza kuti anamwinowa ankaopa Mulungu ndipo sankalemekeza zimene Farao ankafuna. Zimenezi zinachititsa kuti mfumuyo ionjezere khama lake. Farao anapempha anthu ake onse kuti achite naye ntchito yochotsa dziko limene Aisiraeli ankaganiza kuti linali chiwopsezo.

*22 Pamenepo Farao analamula anthu ake onse kuti: "Mwana wamwamuna aliyense wobadwa kwa Aheberi mukamuponye mumtsinje wa Nailo, koma mwana wamkazi aliyense musiye kukhala ndi moyo." (Ekisodo 1)*

Makolo ambiri anataya ana awo chifukwa cha nkhanza za Aigupto. Mabanja ankakhala mwamantha. Zaka zingapo izi zisanachitike, anthu amodzimodziwo anali ndi moyo wotukuka wa dziko lawo latsopano limene anatengedwa. Iwo anali atakhala akapolo a anthu amene bambo awo Yosefe anawapulumutsa ku njala imene ikanasakaza dziko lawo ndi kupha anthu ambiri.

Zinali m'mikhalidwe imeneyi pamene mkazi wa fuko la Levi anabala mwana wamwamuna. Munthu angaganizire ululu umene mayiyu anamva mumtima mwake pamene ankaganizira za tsogolo loipa limene likuyembekezera mwana wake. Monga mmene mayi aliyense akanachitira, ankayesetsa kubisa mwana wake. Kwa miyezi itatu, iye anangokhala chete monga momwe akanathera. Iye ankakhala ndi mantha kuti tsiku lina Mwiguputo adzathyola khomo lake n'kulanda mwana wake wokongola.

Patapita miyezi itatu, sanathenso kumubisa. Kodi akanatani? Ngati anam'sunga, Aigupto akadzam'peza m'kupita kwa nthaŵi, ndipo zimenezo zinatanthauza imfa yotsimikizirika kwa khanda lake. Chinthu chokha chimene akanachita chinali kumuika m'manja mwa Mulungu wake. M'manja mwake mokha mukanakhala chiyembekezo.

Chigamulocho chinapangidwa, amayi a mwanayo adapanga dengu kuchokera ku mabango omwe amamera pafupi ndi mtsinje. Atathira dengulo kuti lisalowe madzi, anaikamo chuma chake chamtengo wapatalicho n'kupita naye kumtsinje n'kumupereka m'manja mwa Mulungu wake. Kunali ku mtsinje uwu Aigupto akanamutenga kuti akamumize. Mtsinjewo unali chizindikiro cha imfa kwa iye. Pomubweretsa iye ku mtsinje umenewo iye anali kumupereka iye kwathunthu kwa Mulungu.

Iye sankadziwa kuti tsogolo lake linali lotani. Mosakayikira, misozi ili m'maso, anam'yamikira chifukwa cha chisomo cha Mulungu. Momwe ine ndikanakondera kumumva iye akupemphera pamene iye ankapereka mwana wake wamng'ono kwa Ambuye, osadziwa ngati iye akanadzamuwonanso iye.

Mwinamwake chifukwa chakuti iye mwiniyo analibe kulimba mtima, anapempha mwana wake wamkazi kuti ayang'ane chapatali kuti awone chimene chingam'chitikire mwana wake wamng'ono. Chimene mayiyu sanachizindikire pa nthawiyo chinali chakuti mwana wamng'ono uyu, anali chida cha Mulungu chopulumutsira anthu Ake.

Dzanja loteteza la Mulungu linali pa kamwana Mose. Mwana wamkazi wa Farao, amene anaturuka kukasamba mumtsinje, anaona dengu, natumiza mmodzi wa anyamata ace kukamtengera kwa iye. Ataona mwanayo, anamumvera chisoni ndipo anaganiza zomulera ngati wake.

Mlongo wake wa Mose, amene anali kuyang'anila patali, analimba mtima kupita kwa mwana wamkazi wa Farao kuti akamufunse ngati anafunika namwino woti azisamalila mwanayo. Kenako anapempha kuti amupezere dokotala kuti azisamalira mwanayo m'malo mwake. Zinali mwa njira imeneyi kuti Mose analeredwa ndi amayi ake monga mwana wa mwana wamkazi wa Farao. Kodi mayi tsiku limenelo akanalakalakanso mwana wake? Anapulumutsidwa ku ukapolo wankhanza wa anthu ake. Akanakhala m'chitonthozo ndi chuma cha m'nyumba yachifumu. Adzalandira maphunziro abwino koposa. Msana wake sukanavulazidwa ndi chikwapu choopsa cha Aigupto.

Mayi ake a Mose anaphunzira kuti popereka mwana wawo kwa Mulungu, anamulandiranso. Ili ndi phunziro lomwe tonse tiyenera kulimvetsa. Kodi zimakudabwitsani kudziwa kuti Mulungu akutifunsa kuti tipereke moyo wathu, chuma chathu, ndi zokhumba zathu kwa Iye monga momwe amayi a Mose anaperekera mwana wake? Mkhalidwe wathu suli wosiyana ndi wa amayi a Mose. Ngati tisunga zomwe zili zathu, tidzazitaya. Baibulo limatiuza mu Mateyu 10:39:

*39 Iye amene apeza moyo wake adzautaya; ndipo iye amene ataya moyo wake chifukwa cha Ine adzawupeza. (Mateyu 10)*

Yesu anapitiriza kunena mu Mateyu 16:25:

*25 Pakuti aliyense wofuna kupulumutsa moyo wake adzautaya, koma iye amene ataya moyo wake chifukwa cha Ine adzawupeza.*

Kwa amayi a Mose, njira yotsimikizirika yotaya mwana wake inali kumusunga kukhala yekha. Aigupto akanamupha. Iye anazindikira kuti, kuti apulumutse moyo wake, anafunikira kumpereka kwa Mulungu.

Tsiku lina wolamulira wachinyamata wolemera adadza kwa Yesu kudzamfunsa Iye momwe angapezere moyo wosatha. Yesu anamuuza kuti ngati akufuna moyo wosatha ayenera kugulitsa zinthu zake zonse, n'kuzipereka kwa osauka ndi kumutsata. Yesu anadziŵa kuti chifukwa chimene mnyamatayu sakanakhalira ndi moyo wa Kristu chinali chakuti anamamatira kwambiri ku chuma chake chakuthupi. Chuma chake chinamulepheretsa kulowa mu ufumu wa Mulungu. Akadapereka chuma chake kwa Mulungu, akadadalitsidwa bwanji. Yesu akutiuza mu Mateyu 19:29:

*29 Ndipo aliyense amene adasiya nyumba, kapena abale, kapena alongo, kapena atate, kapena amayi, kapena ana, kapena minda, chifukwa cha dzina langa, adzalandira zobwezeredwa zambirimbiri, nadzalowa moyo wosatha.*

Jim Elliot, mmishonale ku Ecuador, asanaphedwe ndi Amwenye a Auca anati:"Iye sali chitsiru amene amapereka kwa Mulungu zimene sangasunge kuti apeze zimene sangataye. Kodi izi ndi zoona kwa inu? Kodi mukumamatira zolimba ku chuma chanu chakudziko? Kodi mwapereka zolinga zanu m'moyo kwa Mulungu? Kodi muli wololera, monga mayi wa Mose, kupereka kwa Mulungu zimene simungasunge kuti mupindule nazo zimene simungazitaye?

Kumayambiriro kwa moyo wake, Mose anaona chisamaliro chaufumu cha Yehova. Zimene anakumana nazo ndi phunziro kwa tonsefe. Zimene anamuchitira Mose akhoza kukuchitirani. Marko 8. 36 akutikumbutsa kuti:

*36 Pakuti munthu apindulanji akadzilemezera dziko lonse, natayapo moyo wake? 37 Pakuti munthu angapereke chiyani chosinthana ndi moyo wake? (Maliko 8)*

Moyo wa Mose unayamba m'nthawi zovuta. Kuyambira pachiyambi, dzanja la Yehova linali pa iye kuti amuteteze ndi kumusunga pa ntchito imene inali patsogolo pake. Ngakhale Mose asanadziwe cholinga cha Mulungu pa moyo wake, Mulungu anali kukwaniritsa cholinga chimenecho mwa iye.

**Zofunika Kuganizira:**

- Kodi mayesero alibe dalitso la Mulungu kapena tingalandire madalitso ochuluka a Mulungu m'mayesero athu. Talingalirani za moyo wa Israyeli ali akapolo ku Igupto.

- Kodi Mulungu mwaufumu wake anateteza bwanji Mose ku zoipa? Kodi Mulungu wakutetezani bwanji pa moyo wanu?

- Kodi kunali kofunika bwanji kuti amayi a Mose akhale ofunitsitsa kupereka mwana wawo kwa Mulungu? Kodi chikanachitika n'chiyani akanapanda kumuika mudengu mumtsinje? Kodi kugonja kwa Mose kunathandiza bwanji mwana wake?

- Kodi muyenera kudzipereka chiyani kwa Yehova lero?

**Za Pemphero:**

- Tengani kamphindi kuthokoza Yehova chifukwa cha umboni wa madalitso ake m'moyo wanu, mosasamala kanthu za zovuta zimene munakumana nazo m'moyo.

- Thokozani Ambuye chifukwa cha momwe wakonzera zinthu m'moyo wanu kuti zikhale zabwino.

- Funsani Ambuye kuti akuwonetseni ngati pali chilichonse m'moyo wanu chomwe simunapereke kwathunthu kwa Iye. Tengani nthawi imeneyo tsopano kuti mupemphe kuti akupatseni kulimbika mtima kuti mupereke zonse zomwe muli nazo kwa Iye.

# MUTU 2 - M'dziko La Midyani

*Werengani Eksodo 2:11-15*

Mose anakulira m'nyumba ya mwana wamkazi wa Farao ku Igupto. Sitikudziwa kalikonse za nthawi imeneyi ya moyo wake. Tikhoza kuganiza kuti anaphunzitsidwa bwino kwambiri. Anakhala pakati pa chuma chambiri ndi chisonkhezero. Anasangalala ndi moyo wabwino pamene abale ndi alongo ake mumsasa wa Aisrayeli anali kuzunzidwa ndi kuzunzidwa ndi ambuye awo ankhanza a ku Igupto.

Baibulo limatiuza kuti: "Pamene iye anali wa zaka makumi anai zakubadwa, kudalowa m'mtima mwake kuyendera abale ake, ana a Israyeli." (Machitidwe 7:23) Baibulo limatiuzanso kuti: Pambuyo pa zaka 40 za kukhala pakati pa Aigupto, Mose analidi Mwigupto. Iye anali wozoloŵerana bwino ndi miyambo yawo, ndipo mosakayikira ankalankhula chinenerocho mofanana ndi Aigupto aliyense. Baibulo silitiuza chifukwa chimene anafikira mumtima mwake kukachezera abale ake Achiyuda. Lemba la Aheberi 11:24 limatiuza kuti: "Ndi chikhulupiriro Mose, atakula, anakana kutchedwa mwana wa mwana wamkazi wa Farao." (Aheberi 11:24) Pajatu Mose atakula anakana kutchedwa mwana wa mwana wamkazi wa Farao. Kodi n'chiyani chinam'chititsa kusiya anthu amene anamulera? Ndani adamuuza za mizu yake? Baibulo silipereka mayankho a mafunso amenewa. N'zosakayikitsa kuti mayi ake anathandiza kwambiri kusintha maganizo ake.

Pamene Mose anachezera abale ake Achiyuda, anaona Mwigupto akumenya kapolo wachihebri. Izi sizinali zachilendo, zinali zochitika zatsiku ndi tsiku. Komabe, ataona nkhanzazi, Mose anakwiya kwambiri moti anaukira mbuye wa kapolo wa ku Iguputo ndi kumupha, n'kukwirira mtembo wake mumchenga kuti abise zimene anachitazo.

Timadabwa kuti n'chifukwa chiyani Mose anakwiya kwambiri ndi nkhanza zimene zinachitika tsiku limenelo. Kodi Yehova anapatsa Mose katundu wolemetsa kwa anthu ake? Kuti timvetse zimene Mose anachita pa tsikulo, tiyenera kupenda lemba la Machitidwe 7:23-25 .

*23 "Pamene anali ndi zaka 40, anafika mumtima mwake kuyendera abale ake, ana a Isiraeli. 24 Ndipo ataona mmodzi wa iwo akuchitidwa chipongwe, anatetezera munthu woponderezedwayo, nabwezera chilango mwa kupha Mwiguptoyo. 25 Iye ankaganiza kuti abale ake adzazindikira kuti Mulungu akuwapatsa chipulumutso kudzera mwa iye, koma iwo sanamvetse. (Machitidwe 7)*

Malinga ndi ndimeyi, chifukwa chimene Mose anabwezera m'bale wake wachihebri, mwa kupha Mwigupto, chinali kusonyeza kwa anthu ake kuti iye anali kumbali yawo. Iye ankakhulupirira kuti mwa kuchita zimenezi, anthu ake adzaika chidaliro mwa iye kuti adzawapulumutsa. Iye anali munthu wamphamvu kwambiri ku Iguputo. Iye anali ndi chikoka chachikulu. Ngati panali munthu mu Igupto amene akanatha kudzapulumutsa anthu a Mulungu anali Mose. Mose ankayembekezera kuti Aisiraeliwo adzamvetsa mfundo imeneyi ndipo ankakhulupirira kuti iye ndi mpulumutsi wawo. Kuphedwa kwa Aigupto kunali kuyesa kupeza chidaliro ndi ulemu wawo.

Aisiraeli sanachite zimene Mose ankayembekezera. Iwo anakana kumudalira. Tsiku lina atapha Mwiguputoyo, Mose anapitanso kukaonana ndi anthu a mtundu wake. Pa nthawiyi anaona Aheberi awiri akukangana. Anawafunsa kuti afotokoze zochita zawo. Yankho lawo ndilofunika:

13 Tsiku lotsatira anatuluka, taonani, Aheberi awiri akumenyana. Ndipo iye anati kwa wolakwayo, "Bwanji iwe ukumenya mnzako?" 14 Iye anayankha kuti: "Ndani wakuika iwe kukhala kalonga ndi woweruza wathu? Kodi mufuna kundipha ine monga momwe munaphera Mwigupto? Pamenepo Mose anachita mantha, nati, Zoonadi, ichi chidziwika. (Ekisodo 2)

Wachihebri anali kunenadi kuti: "Mose, iwe ndiwe kalonga pakati pa Aigupto. ndipo mutisiye ife tokha. Amenewa anali mawu olimba mtima a kapolo wachiisrayeli amene akanamenyedwa chifukwa cha chipongwe chake kwa kalonga wa ku Igupto. Anali mau amene anamupweteka Mose. Anali mawu okanidwa ndi kudedwa ndi anthu a mtundu wake.

Taonaninso mmene Mheberi anafunsa Mose kuti amuphe ngati mmene anaphera Mwiguputo mnzake. Iwo ankaona Mose ngati wachinyengo kwa anthu ake. Ndani angadalire munthu wachinyengo? Anaonanso kuti anali Mwiguputo amene amathetsa mavuto ake mwachiwawa. Iwo anali ataona ziwawa zambiri. Iwo sanafune chochita ndi Mose.

Yankho limeneli linavutitsa Mose pa zifukwa ziwiri. Choyamba, chifukwa anazindikira kuti chifuno chake chopulumutsa Aisrayeli chikanakhala chovuta kuchizindikira ngati iye analibe chidaliro chawo. Kodi mungapulumutse bwanji anthu omwe sakufuna chilichonse? Chachiŵili, pamene nkhani ya zimene Mose anachita kwa Mwiguputo inamveka, iye anaopa kuti adzaphedwa. Farao atamva zimene Mose anachita, anafuna kumupha. Chinthu chomaliza chimene Farao ankafuna chinali kupanduka kwa Ayuda.

Farao anazindikira zimene Mose ankafuna kuchita. Iye sakanatha kutaya Ahebri. Panalibe chikayikiro m'maganizo a Farao tsopano ponena za kaimidwe ka Mose ponena za akapolo Achihebri. Farao anafunika kumupha. Mose sakanachitira mwina koma kuthawa kuti apulumutse moyo wake.

Iye ayenera kuti anali wokhumudwa kwambiri pamene ankachoka ku Iguputo. Iye anali ndi chikhumbo choyenerera cha anthu ake ndi kumasulidwa kwawo ku chitsenderezo. Panali kufunikira kwenikweni kwa mpulumutsi pakati pa anthu a Israyeli. Panalibe winanso woyenerera kugwira ntchitoyo kuposa Mose. N'chifukwa chiyani Mulungu anatseka chitseko?

Zikuoneka kuti vuto linali lakuti Mose ankafuna kupulumutsa anthuwo pogwiritsa ntchito mphamvu zake komanso mphamvu zake. Anadzikhulupirira kuti anali wamphamvu mokwanira kuti apulumutse anthu. Mulungu sanali kuyang'ana munthu woteroyo. Sanafune chisonkhezero ndi mphamvu za Mose. Anafunikira mwamuna wa ziyeneretso zosiyanasiyana. Ankafuna munthu amene podziwa kufooka kwake adzadalira Iye kuti amupatse mphamvu ndi kumutsogolera. Ntchito yomasula Aisrayeli kuukapolo ndi kuwakhazikitsa monga mtundu m'dziko lawo, inafunikira zoposa mphamvu zaumunthu. Zinafuna chozizwitsa cha Mulungu.

Mulungu sanamusiye Mose. Mose akanakhalabe mpulumutsi wa anthu Ake, koma osati mu mkhalidwe wake wamakono. Iye anali asanakonzekere kugwiritsidwa ntchito. Mulungu anafunika kumuyenga. Mulungu anamutumiza ku chipululu cha Midyani. Malinga ndi Machitidwe 7:30, Mose anakhala m'chipululu zaka makumi anayi. Mwa umunthu, panalibenso chiyembekezo chakuti Mose adzakhala mpulumutsi. Iye sanali munthu amene anatuluka mu Igupto. Zaka makumi anayi zinali zitapita, iye tsopano anali nkhalamba ya zaka makumi asanu ndi atatu. Ahebri, omwe adamudziwa zaka makumi anayi zapitazo monga munthu wamphamvu ndi wachikoka, mwina adamwalira kapena kuyiwala zonse za iye. Sanadalirenso mphamvu zake ku Igupto. Chidaliro chilichonse chimene anali nacho mwa iyemwini pamene anachoka ku Igupto chinatha. Mwa umunthu, chiyembekezo chonse chakuti Mose adzakhala mpulumutsi chinali chitapita. Komabe, pamene Mulungu anayang'ana mwamuna wazaka makumi asanu ndi atatu'yu, anaona munthu yekhayo amene amafunikira.

Mulungu sanafune mphamvu ndi chisonkhezero cha Mose. Mose akanapulumutsa anthuwo ndi mphamvu zake, anthu sakanaona mphamvu ya Mulungu ikugwira ntchito powapulumutsa. Mulungu sakadalandira konse ulemerero. Anthu sakadamvetsetsa chifundo ndi chifundo cha Mulungu pa iwo.

Mulungu safuna ukulu wathu. Sachita chidwi kwenikweni ndi malingaliro athu. Iye amafuna kuti tizimumvera mosavuta. Amafuna mwamuna kapena mkazi amene amamukhulupirira ndi mtima wonse. Iye akufuna chotengera chopanda kanthu chimene angachidzaze ndi mphamvu ndi mphamvu Zake.

Mtumwi Paulo anamvetsetsa zimenezi pamene anapita ku mpingo wa ku Korinto. Iye anawauza kuti: "Ndinali nanu m'ufoko, ndi m'mantha, ndi m'kunthunthumira kwakukulu." (1 Akorinto 2:3) Iye anawauza kuti: Penapake izi sindizo lingaliro lomwe ndinali nalo la mtumwi wamkulu wa Mulungu uyu. Komabe, Paulo sanadalire mphamvu ndi nzeru zake. Anapita ku Korinto monga munthu wonjenjemera m'nsapato zake, akumazindikira kuti, mwa iye mwini, analibe mphamvu yakuchita chirichonse chaphindu lauzimu lokhalitsa.

Paulo anauza Akorinto kuti:

*7 Koma tili ndi chuma chimenechi m'mitsuko yadothi, kuti tisonyeze kuti mphamvu yoposa zonse ndi ya Mulungu osati ife. (2 Akorinto 4)*

Munthu amene Mulungu amamugwiritsa ntchito ndi mbiya yadongo yosalimba. Mphamvu ya Mulungu, komabe, ikuwululidwa mumtsuko wosalimbawu. Mulungu amaonetsa ulemerero wake kudzera mwa ife monga anthu ofooka ndi wamba. Kuti Mose akhale munthu amene anafunikira kukhala, Mulungu anakhala zaka makumi anayi akumuchepetsa ndi kuchotsa malingaliro ake ndi kunyada kwake. Kuposa momwe angakhalire wothandiza kwa Mbuye.

**Zofunika Kuganizira:**

- Mose anakulira m'manja mwa anthu apamwamba. N'cifukwa ciani Mulungu anam'dalitsa ndi cuma cimeneci kuti amucotse pamene Mose anathaŵila m'cipululu? Kodi ndi kofunika bwanji kuti tikhale ofunitsitsa kupereka zonse kwa Yehova?

- Kodi pali umboni wotani wa kuyitana kwa Mulungu pa moyo wa Mose ali ndi zaka 40? Kodi mukuganiza kuti zikanakhala bwanji Mose atachoka ku Iguputo n'kuona kuti loto lake latha kuti apulumutse anthu ake?

- Kodi chisonkhezero ndi udindo wa Mose ku Igupto zinasokoneza motani zimene Mulungu anafuna kuchita? Kodi mphamvu zathu ndi mphatso zathu zingatilepheretse kukhulupirira ndi kumvera Mulungu?

- Kodi munayamba mwakhalapo ndi mlandu wodzitengera nokha ulemerero wa Mulungu? N'cifukwa ciani tifunika kudzifunila citamando ndi ulemerero?

**Za Pemphero:**

- Pemphani Ambuye kuti akuwonetseni ngati pali chilichonse m'moyo wanu chomwe mukuyenera kudzipereka kwathunthu kwa Iye.

- Pemphani Yehova kuti akukhululukireni pa nthawi imene munakhulupirira kuti mukhoza kugwira ntchito imene wakuyitaniranai kuti muchite mu mphamvu ndi nzeru zanu. Pemphani Mulungu kuti akuphunzitseni kuyembekezera mochuluka pa Iye ndi kudalira kutsogolera kwake kuposa nzeru zanu.

- Tengani kamphindi kuti mupemphe chikhululukiro cha Mulungu pa nthawi zomwe mumakhulupilira kuti kupambana kwanu muutumiki kunali chifukwa cha inu, nzeru zanu ndi luso lanu. Pemphani Mulungu kuti akupatseni chisomo kuti muyende mu chiyanjano chozama, chidaliro ndi chidaliro mwa Iye ndi njira yake.

- Pemphani Yehova kuti akukhuthulileni monga anachitira Mose, kuti mukhale chotengera chothandiza m'manja mwake. Mpempheni kuti achotse chilichonse chimene chingakulepheretseni kumukhulupirira kwambiri.

# MUTU 3 – Zipora

*Werengani Eksodo 2:16-22; 4. 18-26; 18. 1-8*

Farao atafuna kumupha, Mose anathawira m'chipululu, n'kusiya zonse zimene ankadziwa. Atayenda kwa masiku ambiri, Mose anafika m'dziko la Midyani. Anaima pachitsime kuti apume ndi kutsitsimula. Kumeneko kunali pachitsime pamene anakumana ndi ana aakazi asanu ndi aŵiri a Yetero amene anatuluka kudzatunga madzi a nkhosa za atate wawo. Pamene akazi amatunga madzi ndi kumwetsa nkhosa zawo, amuna enanso amabwera kuchitsime. Mose anadabwa kwambiri pamene amuna'wa anathamangitsa nkhosa za atsikanawo.

Mose ataona zimene zinachitika tsiku limenelo, anapsa mtima kwambiri moti anayamba kuteteza atsikanawo. Iye anathamangitsa amunawo ndipo anathandiza atsikana kusonkhanitsa nkhosa zawo. Zikuoneka kuti Mose sanathe kukhala pafupi pamene zinthu zopanda chilungamo zinkachitika pamaso pake. Anaona kufunika kochita chinachake. Izi n'zimene zinamuika m'mavuto ku Iguputo pamene anaona Mwiguputo akumenya kapolo waciheberi. Komabe, pamenepa, kuchita chifundo kwa Mose kumeneku kukanathandiza iye.

Ana aakazi a Yetero atabwerera kwawo, anauza bambo awo zimene zinachitika pachitsimepo. Yetero anauza ana ake aakazi kuti apeze mwamuna amene anawathandiza ndi kumuitanira kunyumbako kuti amusonyeze chiyamikiro chake. Mwa njira imeneyi Mose anafika kunyumba kwa Yetero.

Sitikudziwa kalikonse za zokambirana zomwe zinachitika patebulo madzulo a tsikulo. Tingayerekezere kuti Yetero anali wofunitsitsa kudziŵa zonse zimene akanatha ponena za mlendo ameneyu. Pokambirana, Yetero anadziŵika kuti Mose analibe nyumba. Anamuitana kuti akakhale nawo limodzi ndi ntchito yake yaubusa. Mwamuna wa panyumbapo akanathandiza kwambiri Yetero amene analibe ana aamuna. Mose anaganiza zovomera pempholo.

Moyo watsopano umenewu unali kusintha kwenikweni kwa Mose, kalonga wa Igupto. Genesis 46:34 amatifotokozera mmene Aigupto amaonera abusa: "Pakuti mbusa aliyense ndi wonyansa kwa Aigupto. Munjira zambiri, Mose anafika pansi. Ntchito imeneyi inali yotsika kwambiri pa ntchito zonse za Aigupto.

Pa ana aakazi 7 a Yetero panali mtsikana wina dzina lake Zipora. Yetero anampereka kwa Mose kuti akhale mkazi wake. Onse pamodzi anali ndi mwana wamwamuna, dzina lake Gerisomu. Dzina lakuti Gerisomu limatanthauza "mlendo." Mose ankadziwa kuti anali mlendo m'dziko lachilendoli. Maganizo ake anali akadali okhudza anthu ake omwe ankaponderezedwa m'dziko la Iguputo.

Patapita zaka 40, Yehova anaonekera kwa Mose m'chitsamba choyaka moto. Iye anauza Mose kuti abwerere ku Iguputo kuti akapulumutse Aisiraeli ku ukapolo. Pambuyo polimbana kwambiri ndi Mulungu, Mose anavomera udindowo. Tidzapenda nthawi imeneyi ya moyo wa Mose pambuyo pake. Panopa, ndikufuna kuganizira kwambiri za moyo wa banja la Mose.

Pamene Mulungu anamuitana kuti abwerere ku Igupto, zikuoneka kuti Mose anatenga mkazi wake Zipora ndi ana ake pa ulendo wautali umenewu (Gen. 4. 20). Pamene ankayenda, Baibulo limatiuza kuti Yehova Mulungu anaukira Mose.

*24 Ali pa malo ogona, Yehova anakumana naye m'njira ndipo anafuna kumupha. (Ekisodo 4)*

Kodi vuto linali chiyani? N'chifukwa chiyani Yehova anaganiza zopha Mose? Yankho likupezeka mu yankho la Zipora. Zipora ankadziwa bwino lomwe vutolo ndipo ngati Mose sakanachitapo kanthu, akanachita yekha. Anatenga mpeni wamwala ndikudula mwana wawo. Pamenepo mkwiyo wa Yehova unatha. Vuto linali lakuti Mose sanadulirepo mwana wake.

Zipora anakwiyira mwamuna wake. Iye anaponya khungu la mwana wake pa mapazi a Mose ndi kufuula mokwiya kuti: "Ndithu, iwe ndiwe mkwati wamagazi kwa ine! Mose anali ndi nkhawa kwambiri ndi anthu ake omwe anali mu ukapolo koma sanatenge nthawi kuti atsimikizire kuti banja lake linali lolungama pamaso pa Mulungu. Zipora anakwiyira Mose moyenerera chifukwa cha zimenezi ndipo ngakhale kuti sanali wa fuko lachiyuda, anamudzudzula chifukwa cha kusakhulupirika kwake kwa Mulungu ndi mwana wake.

Baibulo silitiuza zimene Mose anachita pa nkhani imeneyi. Komabe, nthawi yotsatira imene tidzawerenga za Zipora, ili mu chaputala chakhumi ndi chisanu ndi chitatu cha Eksodo pambuyo pa kumasulidwa kwa anthu ku ukapolo. Ndimeyi imatiuza kuti Yetero anapita kwa Mose ndipo anabweretsa mkazi wa Mose. Zikuoneka kuti Mose anamuuza kuti apite.

*2 Ndipo Yetero, mpongozi wa Mose, anatenga Zipora, mkazi wa Mose, atamubweza kunyumba, 3 pamodzi ndi ana ake aamuna awiri. Dzina la mmodzi linali Gerisomu (pakuti iye anati, "Ndinali mlendo m'dziko lachilendo)," 4 ndipo dzina la winayo linali Eliezere (pakuti anati, "Mulungu wa atate wanga ndiye mthandizi wanga, ndi mlendo wanga ndi mlendo wanga. anandilanditsa ku lupanga la Farao)." 5 Yetero, mpongozi wa Mose, anafika kwa Mose ndi ana ake aamuna ndi mkazi wake kwa Mose m'chipululu, kumene anamanga msasa pa phiri la Mulungu. 6 Ndipo pamene anatumiza mawu kwa Mose, kuti:*

*"Ine, mp ongozi wako Yetero, ndikubwera kwa iwe ndi mkazi wako ndi ana ake aamuna aŵiri amene ali naye," (Eksodo 18]*

Sitikuuzidwa chifukwa chimene Mose anathamangitsira banja lake, pamene iwo anali atayamba pamodzi. Kodi chinali chifukwa cha mkwiyo wake ndi Mose chifukwa chosadula mwana wawo? Pangakhale chifukwa choona mtima ndiponso chomveka chimene Mose anathamangitsira banja lake, koma chimene tikudziwa n'chakuti kwa nthawi ndithu, banja lake linalibe Mose.

Timapezanso pa Numeri 12:1 kuti Mose anayenera kukwatira mkazi wina. Mkazi ameneyu anali Mkusi, osati Mwisraeli. Pambuyo pake Mose adzalemba Chilamulo cha Mulungu choletsa kukwatira Mwisrayeli ndi akazi achilendo. Iye angalembe lamuloli, komabe, pozindikira kuti iye mwiniyo anakwatira akazi achilendo. M'malo mwake, mlongo wake ndi mbale wake wa Mose anadzudzula Mose chifukwa chotenga mkazi wachikusi kuti akhale mkazi wake:

*1 Miriamu ndi Aroni anatsutsana naye Mose chifukwa cha mkazi Mkusi amene adamkwatira, popeza adakwatira Mkusi. (Numeri 12)*

Mose sanali wangwiro. Iye analephera kukhala tate amene anayenera kukhala posamdula mwana wake. Anayenera kudzudzulidwa ndi mkazi wake wachimidyani wachilendo chifukwa cha zimenezi. Iye anali ndi masomphenya aakulu kwa anthu ake koma analephera mwana wake yemwe. Mose analibe nthawi yokwanira yocheza ndi banja lake. Sikuti anangochotsa mkazi wake ndi ana ake (Eksodo 18:2-5) koma ngakhale pamene anali naye, anathera tsiku lake lonse mu utumiki wa Yehova. Apongozi ake a Mose anamutsutsa pankhaniyi:

*13 Tsiku lotsatira, Mose anakhala pansi kuti aweruze anthu, ndipo anthu anaimirira mozungulira Mose kuyambira m'mawa mpaka madzulo. 14 Pamene apongozi a Mose anaona zonse zimene anali kuchitira anthuwo, anati: "Kodi ukuchitira chiyani anthuwa? N'cifukwa ciani ukhala wekha n'kuimilila anthu onse kuyambira m'mawa mpaka madzulo?" (Ekisodo 18)*

Mose analibe nthawi yokhala ndi mkazi ndi ana ake. Iye ankaika maganizo ake onse pa kutumikira Yehova. Nkosavuta chotani nanga kwa atate ndi amayi otanganidwa kugwera mumsampha wa chiyeso chimenechi. Tonse takumanapo ndi kusamvana kumeneku pakati pa banja ndi ntchito. Mtumwi Paulo, ngakhale kuti anali wosakwatira, analemba kuti:

*32 Ndikufuna kuti musakhale ndi zodetsa nkhawa. Mwamuna wosakwatira amadera nkhawa zinthu za Ambuye, mmene angakondweretsere Ambuye. 33 Koma mwamuna wokwatira amadera nkhawa zinthu za dziko, mmene angasangalatse mkazi wake, 34 ndipo zofuna zake n'zogawanika. Ndipo mkazi wosakwatiwa kapena wokwatiwa amadera nkhawa zinthu za Ambuye, mmene angakhalire woyera thupi ndi mzimu. Koma mkazi wokwatiwa amadera nkhawa zinthu za dziko, mmene angakondweletse mwamuna wake. (1 Akorinto 7)*

Paulo anakumbutsa Akorinto kuti mwamuna kapena mkazi wokwatiwa afunika kukhala ndi nthawi yoceza ndi banja lake. Mtumwiyo anazindikira kufunika kwa banja pamene anauza Timoteo kuti:

*m'banja lake, wakana chikhulupiriro ndipo ndi woipa kuposa wosakhulupirira. (1 Timoteyo 5)*

Choncho, Baibulo limatilimbikitsa kuti tizisamalira mabanja athu. Mose, ngakhale kuti anali munthu wamkulu wa Mulungu, sanali tate ndi mwamuna amene akanakhala. Anachita zambiri kuti ufumu wa Mulungu uwonjezeke koma banja lake linavutika. Mulungu atiphunzitse kupeza kulinganizika pakati pa mathayo abanja opatsidwa ndi Mulungu ndi mathayo athu a utumiki.

**Zofunika Kuganizira:**

- Kodi pali umboni wotani pa moyo wa Mose wosonyeza kuti iye ankakonda kwambiri chilungamo? Kodi iye anachita chiyani pa nthawi imene anthu ankachitiridwa zinthu zopanda chilungamo?

- Kodi mukuganiza kuti Mose sanadule mwana wake chifukwa chiyani? Kodi zimenezi zinamulepheretsa bwanji kupita ku Iguputo kukamasula akapolo achiyuda?

- Mose anakwatiwa ndi akazi awiri achilendo? Kodi zimenezi zinali chopinga chotani pa utumiki wake pakati pa Ayuda? Kodi mfundo yakuti Mulungu anamugwiritsabe ntchito ikutiphunzitsa chiyani za mtundu wa anthu amene Mulungu angagwiritse ntchito?

- Kodi pali umboni wotani wosonyeza kuti Mose analibe nthawi yochuluka yocheza ndi banja lake? Kodi mwakhala ndi nthawi yokwanira yocheza ndi banja lanu? Kodi ntchito ndi utumiki wanu zimasokoneza bwanji moyo wa banja lanu?

**Za Pemphero:**

- Tithokoze Yehova kuti safuna anthu angwiro kuti agwire ntchito yake. Tithokoze Iye kuti akhoza kutigwiritsa ntchito ndi zofooka zathu zonse ndi zolephera zathu.

- Tengani kamphindi kupempherera banja lanu. Pemphani Mulungu kuti akuwonetseni zomwe mungachite kuti muwadalitse, kuwalimbikitsa ndi kuwathandiza.

- Pemphani Mulungu kuti akupatseni chisomo kuti mupange masinthidwe ofunikira m'moyo wanu pamene akuwulula zomwe zimakulepheretsani kuyenda ndi Iye. Mpempheni kuti akupatseni kudzichepetsa kuti mumvetsere kudzudzula ndi kudzudzulidwa kwa abwenzi, achibale ndi okondedwa.

# MUTU 4 - Moto Wa Mulungu

*Werengani Eksodo 3. 1-6*

Pambuyo pa zaka makumi anai za chete m'chipululu, bata linasweka. Zinachitika pamene Mose anali kuweta nkhosa za Yetero. Anaona chodabwitsa kwambiri. Patsogolo pake panali chitsamba. Chodabwitsa pa chitsambacho sichinali chakuti chinali kupsa koma kuti, ngakhale chinali kupsa, sichinyeka. Chifukwa cha chidwi, Mose anayandikira chitsambacho kuti achiwone bwino. Pamene ankayandikira, anamva mawu akumutchula dzina lake. "Ndine pano," anayankha Mose. Mawuwo anapitiriza kuti: "Usayandikire." Ndi mantha oyera ndi kulemekeza mawu awa, Mose anagwa nkhope yake pansi.

Tsiku limenelo Mulungu adadziwonetsera yekha kwa Mose ngati Mulungu wamoto. Ichi chinali chithunzi champhamvu kwambiri. Kodi tanthauzo la moto ndi chiyani? N'cifukwa ciani Mulungu anadzipeleka yekha kwa Mose m'moto umenewu? Pakhoza kukhala zifukwa zinayi za izi.

Choyamba, monga Mulungu wa moto, Yehova anali kuunika kwa anthu ake. Njira imene ana a Israyeli anayenera kuyendamo m'chipululu popita ku Dziko Lolonjezedwa inayenera kuunikira ndi kukhalapo kwenikweni kwa Mulungu m'moto. Baibulo limatiuza kuti:

*21 Ndipo Yehova anawatsogolera usana ndi mtambo woima njo kuti awatsogolere panjira, ndi usiku ndi moto woyezera njo kuwaunikira, kuti ayende usana ndi usiku. (Ekisodo 13).*

Motowo unkaimira chitsogozo cha Mulungu pamene lye ankawatsogolera usiku wa kuyendayenda kwawo m'chipululu. Mulungu wamoto anatsogolera anthu ake kuti aunikire njira yawo ndi kuwasonyeza njira imene ayenera kuyendamo. Mulungu wa moto ndi Mulungu wotsogolera.

Kachiwiri, moto ulibe mawonekedwe. Mofananamo, Mulungu wa Mose analibe mawonekedwe. Pambuyo pake Mose anachenjeza anthu za kupembedza mafano pogwiritsa ntchito fanizo la Mulungu wa moto:

*12 Ndipo Yehova analankhula nanu ali pakati pa moto; Munamva phokoso la mau, koma simunaona maonekedwe; panali mau okha. 13 Ndipo anakulalikirani pangano lake, limene anakulamulirani kulichita, ndilo Malamulo Khumi, nawalemba pa magome awiri amiyala. 14 Ndipo Yehova anandiuza nthawi ija kuti ndikuphunzitseni malemba ndi maweruzo, kuti muwachite m'dziko limene muolokeramo kulilandira. 15 "Chotero dziyang'anireni nokha. Popeza simunaone maonekedwe a tsiku lija Yehova analankhula nanu m'Horebe, ali pakati pa moto; 17 chifaniziro cha nyama iliyonse ya padziko lapansi, chifaniziro cha mbalame iliyonse yamapiko yowuluka mumlengalenga, 18 chifaniziro cha chilichonse chokwawa pansi, chifaniziro cha nsomba iliyonse ili m'madzi a pansi pa dziko. (Deuteronomo 4)*

Mulungu wamoto sakanaimiridwa ndi mpangidwe uliwonse. Kuimira kulikonse koteroko sikungamuchitire lye chilungamo. Monga Mulungu wamoto, sanalekerere ku thupi lanyama monga munthu. Anali wamkulu kwambiri kuposa momwe wojambulayo amaganizira kapena luso la wosemasema.

Chachitatu, moto ukuimira chiweruzo cha Mulungu.

*22 Pakuti wayaka moto ndi mkwiyo wanga, ndipo wayaka kufikira pansi pa Manda, unyeketsa dziko lapansi ndi zipatso zake, nuyatsa maziko a mapiri. (Deuteronomo 32)*

Paulendo wawo wa m'chipululu, pamene Aisrayeli anadandaula za miyoyo yawo, Mulungu anawadzera m'lawi lamoto kudzawaweruza chifukwa cha machimo awo.

*1 Ndipo anthu anadandaulira Yehova m'makutu mwao; ndipo pamene Yehova anamva, mkwiyo wake unayaka, ndi moto wa Yehova unayaka pakati pao, nunyeketsa malekezero a msasa (Numeri 11).*

Mulungu wa Mose anali Mulungu wa moto, mkwiyo ndi chilungamo. Sanayenera kutengedwa mopepuka. Mkwiyo wake pa uchimo unali weniweni.

Pomaliza, moto umaimira chiyero ndi chiyero. Moto umatsuka popanda kuipitsidwa. Imatenthetsa zonyansa. Moto uyenera kuchitidwa mwaulemu. Mulungu wathu ali wotero. Sanaipitsidwe konse ndi uchimo. Iye ndi woyera komanso wolekanitsidwa ndi uchimo. Sitiyerekeza kuyandikira kwa Iye mu uchimo wathu kuti tingathe kuonongeka.

*17 Tsopano maonekedwe a ulemerero wa Yehova anali ngati moto wonyeketsa pamwamba pa phiri pamaso pa ana a Isiraeli. (Ekisodo 24)*

Mulungu adadziwonetsera yekha kwa Mose ngati moto m'chitsamba choyaka. N'chifukwa chiyani anasankha chitsamba? Chitsamba chinali chinthu chodziwika kwambiri. Moto weniweni wa Mulungu unali kuwonetseredwa kwa Mose mu chinthu wamba. Mulungu anali kunena mawu ofunika kwambiri. Iye ankafuna kuonetsa kupezeka kwake kudzera mu chinthu wamba. Mose anali kudzakhala chinthu wamba chimene moto wa Mulungu unali kuyaka.

Palibe aliyense wa ife amene angayese kuti amvetsetsa chifukwa chimene Mulungu akufuna kuonetsera mphamvu yake ndi chiyero chake kudzera mu zida wamba monga inu ndi ine. Sitingathe kumvetsa mmene Mulungu angalolere kulowa m'miyoyo yathu ndi kuwotcha m'menemo monga momwe anachitira m'chitsamba wamba cha m'chipululu. Koma zimenezi n'zimene fanizo la chitsamba choyaka moto limatiphunzitsa.

Chofunikira kudziwa apa ndikuti chitsambacho sichinyedwa. Izi n'zimene zinamudabwitsa Mose. Mvetserani zimene anauza anthu ake pa Deuteronomo 4:33:

*33 Kodi pali mtundu wa anthu unamvapo mawu a mulungu akulankhula kuchokera pakati pa moto, monga munamva inu, ndipo akadali ndi moyo? (Deuteronomo 4)*

Mulungu wa Mose anali moto wonyeketsa umene unatsikira pa anthu ake osawanyeketsa. Mose analowa m'moto wa pamaso pa Mulungu osanyeka. Mulungu wa moto anatsikira pa iye ndipo anakhalabe ndi moyo kuti afotokoze nkhaniyo. Sindingathe kuganiza za chinsinsi chachikulu kuposa ichi. Sitidzamvetsetsa momwe Mulungu woyera angakhalire m'moyo wa wochimwa popanda moto wa kupezeka kwake koyera kunyeketsa munthuyo koma izi ndi zomwe akufuna kuchita.

Fanizoli ndi lolimbikitsa kwambiri kwa ife. Ndikhoza kumudziwa Mulungu wamoto uyu. Kupyolera mu mwazi wa Yesu, ndikhoza kuyandikira lawi lonyeka la chiyero cha Mulungu popanda kuwonongeka. Ndikhoza kulola moto wa kupezeka kwake koyera kuyaka mkati kuti dziko lapansi liwone kupyolera mwa ine chiyero chake ndi mphamvu zake. Kuwala kwake mwa ine, ngati nyali younikira, kungatsogolere ochimwa kunyumba.

Sindikumvetsa chinsinsi ichi, komabe ndikukhulupirira kuti ndi chowona. Ine, monga Mose, ndinaitanidwa ndi Mulungu kuti ndikhale chitsamba choyaka moto, chinthu wamba pamoto pamaso pa Mulungu, wosanyeka. Kodi ndinu chitsamba choyaka moto?

**Zofunika Kuganizira:**

- Mulungu adadziwonetsera yekha kwa Mose ngati Mulungu wamoto. Kodi motowo unkaimira chiyani?

- Kodi tanthauzo la moto wa Mulungu kuwululidwa pa chitsamba wamba ndi chiyani?

- Kodi pali umboni wa moto wa Mulungu m'moyo wanu? Kodi mukuyembekezera kudzawona chiyani pamene moto wa Mulungu udzavumbulutsidwa m'moyo wa munthu?

- Ndi chiyani chomwe chimalepheretsa kuwonekera kwa moto wa Mulungu m'moyo wanu?

- Kodi kudziwa kuti moto wa Mulungu ukuyaka mwa inu kumakupatsani kulimba mtima ndi kulimba mtima pa mayitanidwe anu?

**Za Pemphero:**

- Tengani kamphindi kuthokoza Yehova chifukwa cha kufatsa kwake m'miyoyo yathu. Muyamike kuti pamene ali moto wonyeketsa, sanyeketsa iwo amene amudziwa Mwana wake.

- Pemphani Yehova kuti akuthandizeni kumvetsa tanthauzo la kukhala ndi moto wa kupezeka kwake m'moyo wanu.

- Pemphani Yehova kuti akudzazeni kwambiri ndi moto wa kukhalapo kwake kuti mukhale zonse zimene Iye akufuna kuti mukhale.

- Tithokoze Ambuye kuti akatiitana amatidzadzanso ndi kupezeka kwake kuti tichite zonse zomwe amatipempha kuti tichite.

# MUTU 5 - Ndidzakhala Ndi Inu

*Werengani Eksodo 3:7-22*

Pamene anakumana ndi Mose pamaso pa chitsamba choyaka moto, Mulungu anaulula kuti anamva kulira kwa anthu ake ku Igupto ndipo anabwera kudzawamasula ku ukapolo. Sitikudziwa chifukwa chake, patapita zaka zambiri, Ambuye anasankha nthawi yeniyeniyi kuti ayankhe mapemphero a anthu ake. Mose tsopano ali ndi zaka makumi asanu ndi atatu. Chiyambireni kubadwa kwake, anthu a Mulungu akhala akuchonderera Mulungu kuti awapulumutse. Mulungu anayankha mapemphero awo mu nthawi yake. Sitiyenera kuganiza kuti, chifukwa yankho silibwera nthawi yomweyo, Iye sadzayankha.

Pali ziganizo ziwiri zomwe zatisangalatsa m'ndime yomwe yatchulidwa pamwambapa. Yoyamba ikupezeka pa Eksodo 3:8:

*8 ndipo ndatsika kuwalanditsa m'dzanja la Aaigupto, ndi kuwatulutsa m'dzikomo, kumka ku dziko labwino ndi lalikulu, dziko moyenda mkaka ndi uchi ngati madzi, ku malo a Akanani, Ahiti; ndi Aamori, ndi Aperizi, ndi Ahivi, ndi Ayebusi. (Ekisodo 3)*

Yachiwiri ili mu Eksodo 3:10:

*10 Tiyeni, ndikutume kwa Farao, kuti ukatulutse anthu anga, ana a Israyeli, ku Aigupto. (Ekisodo 3)*

Poyamba, mavesi awiriwa amaoneka ngati akutsutsana. Kodi ndani amene anali kudzatulutsa anthu mu Igupto? Vesi 8 limatiuza kuti Mulungu 'adzawatulutsa m'dziko. Vesi 10 limatiuza kuti Mose 'anatulutsa anthu mu Igupto. Kodi mavesi awiriwa timawagwirizanitsa bwanji? Ndikhulupirira kuti yankho likupezeka pa Eksodo 3:12. M'ndime iyi Mulungu adauza Mose kuti: "Koma ine ndidzakhala ndi iwe."
Timakumana ndi mawu awa mu Chipangano Chatsopano. Ambuye anauza ophunzira ake mu Mateyu 28:19, 20:

*19 Chifukwa chake mukani, phunzitsani anthu a mitundu yonse, ndi kuwabatiza iwo m'dzina la Atate, ndi la Mwana, ndi la Mzimu Woyera, 20 ndi kuwaphunzitsa kusunga zonse zimene ndinakulamulirani inu. ndipo onani, Ine ndiri pamodzi ndi inu masiku onse, kufikira chimaliziro cha nthawi ya pansi pano. (Mateyu 28)*

Yesu anauza ophunzira ake zimene Mulungu anauza Mose kuti: "Ndidzakhala ndi inu." Kodi mawu amenewa tingawamvetse bwanji? Nthawi zambiri timamvetsa kuti limatanthauza kuti: "Ngati mukukumana ndi vuto lililonse ndidzakhalapo kuti ndikugwireni dzanja ndi kukupatsani chilimbikitso. Ndidzapukuta misozi yanu."

Pamene Mulungu anauza Mose kuti adzakhala naye, kodi anali ndi maganizo otani? Pamene Mose anapita kukamasula anthu ku ukapolo ku Igupto, kodi Mulungu anachita ntchito yotani? Kodi lonjezo la kukhalapo kwa Mulungu linali loyenera kumveka m'lingaliro lakuti Mulungu akanaima pambali ndi kusangalatsa Mose pamene anali kuyang'anizana ndi adani? Zikanakhala kuti udindo wa Mulungu unali waukulu, Mose sakanasiya nkhosa za apongozi ake. Ngati panali chinthu chimodzi chimene Mose ankachidziwa momvetsa chisoni, chinali chakuti ntchito imene Yehova anamuitanira sikanatheka ndi mphamvu zake ngakhale Mulungu akanamusangalatsa. Ntchitoyi inali yosatheka kwa munthu ngati iyeyo.

Mose anafunikira zambiri kuposa thandizo lochokera kwa Yehova. Iye anafunikira Ambuye kuti agwire ntchitoyo. Ntchito yopulumutsa anthu ku ukapolo inali ntchito ya Yehova. Iye anauza Ambuye tsiku lina:

Ndipo iye anati kwa iye,"Ngati inu pamaso panu simupita nane, musatikweze ife kuchokera pano." (Eksodo 33:15)

"Ambuye," anatero Mose tsiku limenelo, "Ngati simupita ndi ine, musavutike ngakhale kunditumiza. Analiriranso kwa Mulungu mu Eksodo 34:9:

*9 Ndipo anati, Ngatitu ndapeza ufulu pamaso panu, Yehova, chonde Yehova apite pakati pathu, pakuti ndi anthu ouma khosi; kwa cholowa chanu." (Ekisodo 34)*

Mose ankadziwa anthu amene Yehova anamuitanirako. Anazindikira kuuma kwa mitima yawo. Iye anaona kuti sanachite chilichonse koma kudandaula tsiku ndi tsiku. Anaona mmene akanasokeretsedwa mwamsanga n'kuyamba kuchita tchimo. Pachifukwa chimenechi, iye anafuula kuti: "Ambuye, ngati mumandikonda, ngati ndapeza chisomo pamaso panu, ngati mukudera nkhawa za ine, yendani ndi ine, sindingathe kuchita popanda inu. Mose ankafunikira nzeru, mphamvu, ndi kuleza mtima kwa Yehova. Iye sanafune kukhala, kwa kamphindi, kupatukana ndi kukhalapo kotheketsa kwa Ambuye.

Kukhalapo kwa Yehova mwa iye, monga lawi lamoto loyaka m'chitsamba choyaka moto, kunali mphamvu yake ya ntchitoyo. Ngakhale kuti Mose analibe mphamvu zowombola anthu, ndi kupezeka kwa Mulungu mwa iye, palibe chimene chinali chosatheka. Pamene Mulungu anatumiza Mose, Iye anapita naye. Mphamvu ndi nzeru za Mulungu zinali mwa iye zomwe zinamupatsa mphamvu kuti agwire ntchitoyo. Molamuliridwa ndi Mzimu wa Mulungu wokhalamo, Mose anatha kukwaniritsa ntchito imene Mulungu anamuitanirako. Mose anali nyali koma Mulungu anali lawi loyaka mu nyaliyo. Mose anali thupi koma Mulungu anali moyo wa thupi. Iwo anali ogwirizana kwambiri.

Chipangano Chatsopano chimagwiritsa ntchito fanizo la mpesa ndi nthambi:

*4 Khalani mwa Ine, ndi Ine mwa inu. Monga nthambi siingathe kubala chipatso pa yokha, ngati sikhala mwa mpesa; 5 Ine ndine mpesa; inu ndinu nthambi. Iye wakukhala mwa Ine, ndi Ine mwa iye, ameneyo ameneyo abala chipatso chambiri; pakuti kopanda Ine simungathe kuchita kanthu. (Yohane 15)*

Ndimakhulupirira kuti chinsinsi cha kupambana mu utumiki wa Mose chinali chakuti iye anamvetsa mfundo yofunika imeneyi ya mpesa ndi nthambi. Kupatula Mulungu sakanatha kuchita kalikonse, koma ndi madzi a moyo wa Mulungu akuyenda kudzera mwa iye, palibe chimene chikanamuletsa iye. Sanayerekeze kudalira chuma chake. Palibe choperewera pamaso pa Mulungu mwa iye chikanachita. Popanda kukhalapo kwa Mulungu, Mose anali nyali yopanda lawi, thupi lopanda moyo. Mphamvu mu utumiki wake sizinali zake.

Kodi n'kutheka kuti masiku ano timafunika kukumbutsidwa za choonadi chimenechi? Kodi n'kutheka kuti sitingathe kulimbana ndi mdaniyo chifukwa chakuti sitikumvetsa zimene Yesu ankatanthauza ponena kuti: "Ndidzakhala ndi inu? Chitsanzo cha Mose n'chofunika kwambiri kwa ife. Ndidzatamanda Yehova amene akuti: "Ndidzakhala ndi iwe." Popanda Iye khama lathu ndi lachabe. Tiyeni tileke kudalira mphamvu zathu, kuti mphamvu yake iwonekere mwa ife. Kukhalapo kwa Mulungu mwa ife ndi chitsimikizo chathu chokha cha kupambana mu utumiki ndi kutumikira Ambuye. Mulungu walonjeza kukhalapo kwake, osati kuti atisangalatse pamene tikugwira ntchito ndi mphamvu zathu zokha, koma kubweretsa nyonga ku miyoyo yathu yopanda moyo ndi yopanda mphamvu. Kodi mukudziwa mphamvu ya kupezeka uku m'moyo wanu?

**Zofunika Kuganizira:**

- Mulungu analonjeza kuti adzakhala ndi Mose. Kodi zimenezi zinali zofunika bwanji kwa Mose?

- Kodi pali kusiyana kotani pakati pa Mulungu kutisangalatsa ndi Mulungu kukhala mphamvu yathu kapena Mulungu kutipatsa dzanja lothandizira ndi Mulungu kukhala moto mkati mwathu?
- Kodi timazindikira bwanji kufunikira kwathu kukhalapo kwa Mulungu mwa ife kuti tikwaniritse ntchito yomwe tili nayo? Kodi timayesa bwanji kuchita mwanzeru komanso mphamvu zathu?

- Kodi mukuganiza kuti kukhalapo kwa Yehova kunam'patsa kulimba mtima kotani pamene Mose anaima pamaso pa ntchito yosatheka yolanditsa anthu ake ku Igupto?

## Za Pemphero:

- Pemphani Yehova kuti akuthandizeni kuona kufunikira kwanu kukhalapo kwake pa chilichonse chimene mukuchita.

- Tithokoze Yehova kuti ndi wokonzeka kukhala mphamvu zathu ndi nzeru zathu pa ntchito zonse zomwe amatiitana kuti tichite.

- Pemphani Yehova kuti akuphunzitseni tanthauzo la kudalira lye ndi mphamvu zake ndi cholinga chake. Muthokozeni kuti ndi kupezeka kwake mwa ife kutilimbitsa, palibe chosatheka.

# MUTU 6 – Mafunso

Werengani Eksodo 4:1-17

Pamene Mose anamva chiitano cha Mulungu chobwerera ku Igupto, yankho lake loyamba linali kunena kwa Yehova,"ndine yani ine kuti ndipite kwa Farao, ndi kutulutsa ana a Israyeli m'Aigupto." (Eksodo 3:11) Pamene Mose anamva chiitano cha Mulungu chobwerera ku Igupto, yankho lake loyamba linali kwa Yehova. Ngakhale kuti Mulungu anali atamufotokozera kuti adzakhala naye, Mose sanakhulupirirebe kuti iyeyo ndiye woyenera kugwira ntchitoyo. Pa Eksodo 4:1 anati kwa Mulungu:

*1 Pamenepo Mose anayankha, "Koma taonani, sadzandikhulupirira, kapena kumvera mawu anga, pakuti adzati, Yehova sanaonekere kwa inu." (Eksodo 4)*

"Ambuye," anatero Mose, "aliyense anganene kuti wachokera kwa Inu. Tikhoza kufunsa funso lomweli lero. Kodi amuna ndi akazi masiku ano akudziwa bwanji kuti ndifedi atumiki a Mulungu? Kodi zidzawatengera chiyani kuti avomereze zimene timanena kuti ndi zoona? Mose ankakhulupirira kuti Yehova ndi amene anamutuma, koma sankakhulupirira kuti Aisiraeli ndi Aiguputo aziona zinthu mofanana.

Mulungu anapatsa Mose zizindikiro zitatu. Anamupempha kuti aponye ndodo yake pansi. Mose anamvera ndipo ndodo yake inasanduka njoka. Mulungu anamuuza kuti anyamule njokayo kumchira ndipo inasandukanso ndodo. Adafunsanso kachiwiri, kuti aike dzanja lake m'chovala chake. Pamene anamvera, dzanja lake linakhala lakhate. M'kubwezanso dzanja lake m'chovala chake, lidachiritsidwa. Pomaliza, Yehova anamuuza kuti ngati anthuwo sanakhulupirire zizindikiro ziwiri zomalizirazi, iye atenge madzi a mumtsinje wa Nailo ndi kuwathira pa dziko lapansi ndipo adzasanduka magazi.

Zinali mwa zizindikiro zitatu izi kuti Mose adzatsimikizira kwa anthu kuti iye anali mneneri wotumidwa ndi Mulungu. Onani, komabe, zomwe Mose adauza Yehova atalandira zizindikiro zitatu:

> 10 Koma Mose anati kwa Yehova, "O Ambuye wanga, ine sindine wolankhula, kaya ndi kale kapena kuyambira pamene munalankhula ndi mtumiki wanu, koma ndine wodekha polankhula ndi wa lilime. (Ekisodo 4)

Ngakhale kuti panali zizindikiro zamphamvu za Mulungu zimenezi, Mose akuvutikabe. Kodi kulimbana kwake kuli kotani? Akudziyang'ana yekha osati Mulungu. Iye akulephera kuona tanthauzo la fanizo la chitsamba choyaka moto. Iye akudalirabe luso lake. Mose sankadziwa kuti Mulungu ankamulonjeza kuti adzamudzaza. Mulungu akanakhala mphamvu mwa iye. Mulungu akanachita zimene sakanatha kuchita. Mose akumva kulemera kwa udindo ndipo amadziwa kusayenera kwake komanso kulephera kwake. Sangathe kuganiza kuti akhoza kulankhula ndi anthu ndi kuwapangitsa kuti akhulupirire zomwe ananena. Iye anali atakanidwa kale ndi akapolo achihebri ndipo sakanatha kuganiza kuti asintha malingaliro awo. Iye akulimbanabe ndi kukana khama lake lapitalo zaka makumi anayi zapitazo.

Munali, mu mtima mwa Mose, kukangana pakati pa kuitana kwa Mulungu ndi kumvetsetsa kwake kwa iyemwini. Timamvetsa bwino zimene Mose akumva. Timaona zofooka zathu zonse bwinobwino. Vuto ndilakuti kuyang'ana koteroko kungatilepheretse kulowa m'chifuno chachikulu cha Mulungu. Sikuti nthawi zonse Mulungu amafuna kuti tizichita zinthu zomasuka komanso zodziwika kwa ife. Pali nthawi zina pomwe adzatitambasula m'njira zomwe sitinaganizepo kuti tingatambasulidwe. Iye adzatiika m'mikhalidwe imene tingam'dalire yekha.

Mulungu adapatsa Mose zisonyezo zitatu koma zizindikirozo sizidali m'malo mwa kumukhulupirira. Mpaka Mose atadzipatula, sakanatha kupita kumalo osadziwika. Mulungu anali kumuponya iye mu utumiki umene unali waukulu kuposa iye ndi mphatso zake. Zimenezi zikanafunika kukhulupirira Mulungu osati mwa iye mwini. Mulungu anakwiyira Mose chifukwa cha kupanda chikhulupiriro kwake. Mulungu akhafuna kuti Mose amukhulupire. Mose anali wotsimikiza za maitanidwe a Mulungu pa moyo wake. Iye sankakayikira zimene Yehova ankamupempha kuti achite. Kukayika, kwa Mose, kunali pa zomwe Yehova angachite mwa iye. Mose sanathe kudziona ngati chitsamba choyaka moto, chodzaza ndi moto ndi ulemerero wa Mulungu. Sanadzione kukhala woyenerera zimenezi.

Ngakhale kuti Mose sanali woyeneretsedwa kotheratu ku utumiki umene Yehova anali kumuitanirako, Yehova akanam'peza mu kusowa kwake. Mulungu anapatsa Mose wantchito mnzake. Mose anali kumva mau a Yehova, Aroni anali wokamba bwino, pamodzi anafunika kukhala gulu lamphamvu.

Mofanana ndi Mose, tikukhala m'dziko limene likufunika kumasulidwa ku ukapolo waukapolo. Mulungu akufuna kupulumutsa anthu ake ku ukapolo umenewu. Iye ndi wokonzeka kutikonzekeretsa ntchitoyo ndi kutipatsa chithandizo mwa anthu ena. Iye adzatitambasula ife monga anatambasula Mose. Tidzipeza tokha pamwamba pa mutu wanu mu utumiki umene uli waukulu kuposa mphatso zathu ndi zochitika zathu. Tidzaponyedwa kwathunthu kwa Iye chifukwa cha mphamvu, nzeru ndi chisomo. Adzatidzadza ndi moto Wake. Iye adzayaka mwa ife ndi kudzera mwa ife kubweretsa kuwala kwa iwo otizungulira. Moto uwu wa kukhalapo kwake udzagonjetsa uchimo umene watizinga. Moto woyaka wa Mzimu wa Mulungu udzakhala mphamvu ndi chidaliro chathu. Adzachita kudzera mwa ife zimene simukanatha kuchita mwa mphamvu zathu.

Ngakhale kuti kudzichepetsa kwa Mose kunali kochititsa chidwi, kungakhalenso chopinga kwa iye. Iye sakanatha kuona m'masomphenya kukhalapo kwa Yehova Mulungu mwa Iye. Sanaganize kuti Mulungu analonjeza kuti adzapambana ndithu. Mulungu adzachita zambiri kuposa mmene tingaganizire. Pa nthawiyi Mose sakanatha kuganiza kuti Mulungu akuchititsa Aisiraeli kumvera mawu ake. Sanaganize kuti Mulungu akumugwiritsa ntchito kukhala chida chomasule anthu ake. "Bwanji ngati sandikhulupirira?" linali funso limene Mose anafunsa.

Nthawi yonseyi cholinga cha Mulungu kwa Mose chinali chomveka. Iye akanakhala chida chopulumutsira anthu a Israyeli ku ukapolo. Chipambanocho chikapezeka mwa kugwira ntchito molimbika koma chidzaperekedwa kwa Mose. Kodi Mulungu akufuna kuti achite chiyani mwa inu? Kodi mudzalepheretsedwa ndi kulephera kwanu kulingalira momwe Mulungu angakugwiritsireni ntchito? Tulukani molimba mtima mu utsogoleri wa Ambuye ndipo mudzadabwa ndi zomwe Mulungu akufuna kuchita mwa inu komanso kudzera mwa inu.

**Zofunika Kuganizira:**

- Kodi ndi zizindikiro za mtundu wanji zimene Yehova akupereka lero kutsimikizira choonadi cha Mawu Ake?
- Kodi zizindikiro ndi zozizwitsa zokwanira kukhutiritsa anthu za choonadi? Kodi zozizwitsa za Yesu nthaŵi zonse zinatsimikizira anthu a m'tsiku Lake kuti iye anali Mesiya?
- Kodi kuopsa kwa kudalira mphatso zathu ndi luso lathu ndi chiyani? Kodi n'zotheka kuti tizidalira kwambiri mphatso zathu kuposa Yehova?

- Kodi Yehova anakutambasulanipo kuposa zimene munamva kuti mungathe kuchita mu mphamvu ndi nzeru zanu? Fotokozani

- Kodi mukudziwa za moto wa Mzimu wa Mulungu mwa inu? Kodi kudziwa kuti moto wa Mulungu ukuyaka mwa ife ndi chiyani?

**Za Pemphero:**

- Tithokoze Yehova kuti walonjeza kuti adzakhala mphamvu ndi nzeru zathu pa ntchito iliyonse imene watiitana kuti tichite.

- Pemphani Ambuye kuti akupatseni inu kufunitsitsa kumutsatira lye ndi mayitanidwe ake kumadera omwe simukuwadziwa komanso osamasuka.

- Pemphani Yehova kuti akukhululukireni nthawi zomwe simunafune kuchoka chifukwa munalephera kuona momwe Mulungu angagwiritsire ntchito mphatso ndi luso lanu.

- Tengani kamphindi kuti mudzipereke mwatsopano kwa Ambuye, kupita kulikonse kumene lye akufuna kuti inu mupite ndi kuchita chirichonse chimene lye akufuna kuti inu muchite.

- Pemphani Mulungu kuti akupatseni chikhulupiriro chokulirapo kuti mukhulupirire kuti akhoza kuchita zazikulu mwa inu komanso kudzera mwa inu.

# MUTU 7 - Chifukwa Chiyani Munandituma?

*Werengani Eksodo 5. 1-6. 5*

Atayenda ulendo wautali wopita ku Iguputo, Mose ndi m'bale wake Aroni anasonkhanitsa akulu a Isiraeli. Aroni anawafotokozera kuti Yehova anawatuma kuti akapulumutse mtundu wawo ku ukapolo. Mose anachita zizindikiro zimene Yehova anamupatsa kutsimikizira kuti zinachokera kwa Yehova. Yankho la anthu linali lolimbikitsa:

> 31 Ndipo anthu adakhulupirira; Iwo atamva kuti Yehova wayendera ana a Isiraeli, ndi kuona mazunzo awo, anawerama n'kugwadira. (Ekisodo 4)

Musa ndi Aroni adatsimikizika pakuitana kwawo ndi anthu a Mulungu. Anthu analambira Yehova poyankha kuwatumiza kwa Mose ndi Aroni poyankha mapemphero awo. Zimenezi ziyenera kuti zinalimbikitsa kwambiri Mose ndi Aroni.

Ndi chidaliro china, amuna aŵiriwo anapita ku nyumba yachifumu ya Farao wa ku Igupto. Zimene Farao anachitazi sizinali zolimbikitsa kwambiri. Pamene Mose ndi Aroni anamupempha kuti alole anthu kupita kuchipululu kukachita chikondwerero cholemekeza Mulungu wawo, Farao anayankha kuti:

> 4 Koma mfumu ya Iguputo inawauza kuti: "Mose ndi Aroni, n'chifukwa chiyani mukuwachotsa anthu pa ntchito yawo? Bwererani kumitolo yanu." (Ekisodo 5)

Farao sanangothamangitsa Mose ndi Aroni, koma anaganizanso zoonjezera mtolo kwa akapolo achiisrayeli. Nthaŵi zonse Aigupto anali kupereka udzu wofunika kusakaniza ndi njerwa zimene ana a Israyeli anali kupangira Farao. Komabe, Mose ndi Aroni atacheza, Farao anagamula kuti anthu azisonkhanitsa udzu wawo popanda kuchepetsa njerwa zimene ankafunika kuchita patsiku. Zimenezi zinali zopweteka kwambiri kwa akapolo achiisrayeli amene anali atatopa kale. Farao ankayembekezera zosatheka.

Aisrayeli analibe nthaŵi yopeza udzu wofunikira pa njerwa za Farao. Baibulo limatiuza kuti iwo anachotsa chiputu m'malo mwa chiputu (Eksodo 5:12). Ngakhale pogwiritsa ntchito ziputu, sanathe kupanga njerwa zambiri zomwe zinkafunika tsiku lililonse.

Chifukwa chakuti chiwerengero cha njerwa sichinakwaniritsidwe, Aigupto anayamba kumenya opita patsogolo. Moyo wa wotsogolera ntchitoyo unakhala wovuta kwambiri. Iwo amayamba kufunsa funso: "chifukwa chiyani?". Sanamvetse chifukwa chake Farao anawaonjezera katundu. Anaganiza zopita kwa iye kuti akapeze yankho. Pamene oyang'anira ntchitowo akufunsa Farao kuti afotokoze zimene anachita, Farao anayankha kuti:

*17 Koma iye anati: "Mukuchita ulesi, ndinu aulesi; n'chifukwa chake mumati, 'Tiyeni tipite kukapereka nsembe kwa Yehova."*
*(Eksodo 5)*

Oyang'anira ntchito atamva Farao akutchula za nsembe zoperekedwa kwa Yehova, anamvetsa vutolo. Chifukwa cha Mose ndi Aroni, Farao ankawapondereza. Atatuluka m'nyumba ya mfumu, oyang'anira ntchitoyo anakumana ndi Mose ndi Aroni. Baibulo limatiuza zimene anauza Mose ndi Aroni tsiku limenelo:

*20 Ndipo anakumana ndi Mose ndi Aroni, amene anali kuwadikira, akutuluka kwa Farao; 21 Ndipo iwo anati kwa iwo, Yehova akuoneni, natiweruze, chifukwa mwatinunkhitsa ife pamaso pa Farao ndi anyamata ake, ndipo mwaika lupanga m'dzanja mwao kutipha. (Ekisodo 5)*

Mawu a otsogolera ntchitowo anali ankhanza. Ayenera kuti anamukhumudwitsa kwambiri Mose. Chinthu chomaliza m'dziko chimene iye anafuna kuchita chinali kupangitsa kuti zinthu ziipireipire kwa anthu a Mulungu mwa kuika lupanga m'dzanja la Farao. Izi, komabe, zinali zomwe zinali kuchitika. Mose anangopita kumsasa wa Aisrayeli kukawona kuti mkhalidwe wa abale ake Achiisrayeli unatsika kwambiri. Kungochokera pamene anafika, zinthu zinangowonjezereka. Tsiku limenelo Mose anafuulira Mulungu kuti:

*22 Pamenepo Mose anatembenukira kwa Yehova n'kunena kuti: "Inu Yehova, n'chifukwa chiyani mwachitira zinthu zoipa anthuwa? Munanditumizanji? 23 Pakuti kuyambira pamene ndinafika kwa Farao kulankhula m'dzina lanu, iye wachitira anthu awa choipa, ndipo inu simunapulumutsa anthu anu ngakhale pang'ono."*
*(Ekisodo 5)*

Mose anali munthu wokhumudwa. Zinthu sizinali kuchitika monga momwe ankayembekezera. Kodi nchifukwa ninji Yehova anamtuma pamene mikhalidwe inali kuipiraipirabe kwa anthu chiyambire pamene iye anabwera? Zikanakhala bwino kwambiri kuti anthuwo akanakhala ku Midyani.

Si Mose yekha amene analefulidwa pa ntchito ya Yehova. 1 Mafumu 19 akutiuza zomwe Eliya adayankha, atamva kuti Yezebeli adalumbira pamaso pa milungu yake kuti amupha:

*4 Koma iye anayenda ulendo wa tsiku limodzi m'chipululu, nafika nakhala pansi pa mtengo watsache. Ndipo anapempha kuti afe, nati, Kwakwanira; tsopano, Yehova, chotsani moyo wanga, pakuti sindine woposa makolo anga. (1 Mafumu 19)*

Yobu anataya chuma chake chonse padziko lapansi. Satana anaphanso ana ake n'kumusiya atakhala padzala ndi zilonda. Tsiku limenelo Yobu anafuulira Yehova kuti:

*11 "N'chifukwa chiyani sindinafe pamene ndinabadwa, ndinatuluka m'mimba n'kumwalira? 12 N'chifukwa chiyani maondo anandilandira? Kapena mabere kuti ndiyamwitse bwanji? 13*

*Pakuti ndikadagona pansi ndi kukhala chete; Ndikadagona; pamenepo ndikanapumula (Yobu 3)*

Patapita zaka zingapo, mneneri Yeremiya analefuka pa ntchito ya Yehova anati:

*14 Litembereredwe tsiku limene ndinabadwa! Tsiku limene amayi anandibala ine, lisadalitsidwe! 15 Atembereredwe munthu amene anauza bambo anga kuti, "Mwana wabadwa kwa iwe," kumusangalatsa kwambiri. 16 Munthu ameneyo akhale ngati midzi imene Yehova anapasula popanda chifundo; amve kulira m'mamawa, ndi kulira kwa masana, 17 popeza sanandipha m'mimba; kotero kuti amayi anga akadakhala manda anga, ndi mimba yake yaikulu ku nthawi zonse. 18 N'chifukwa chiyani ndinatuluka m'mimba kuti ndikaone zolemetsa ndi zowawa, ndi kukhala masiku anga ndi manyazi? (Yeremiya 20)*

Ndi kangati ife, muutumiki wathu wauzimu, tadzifunsa tokha ngati sikungakhale kwabwino kuponya thaulo. Mwinamwake mwakhala mukupirira popanda chotulukapo mu utumiki wanu. Mwina simunamvetsetsedwe. Wantchito aliyense wa Mulungu amafika pamenepa mu utumiki wake kwa Ambuye.

N'cifukwa chiani ife monga atumiki a Mulungu timakhumudwa? Pa nkhani ya Mose, kodi sikuti ankagoganizira kwambiri mmene zinthu zinalili pa moyo wake? Pamene ankayang'ana pozungulira iye ankagoona kuponderezedwa komanso kukhumudwa. Iye anali atamva mawu ankhanza a anthu amene ankamugwira. Mawu awa adamupweteka kwambiri. Maso ake kwa kamphindi adayendayenda kuchoka kwa Ambuye kupita ku zochitika zake. Iye anayiwala kuti ankatumikira Mulungu wamphamvu zonse. Iye anaiwala kuti Ambuye, amene anali kulamulira zinthu, anali atamuuza kale kuti zinthu izi zidzachitika:

*19 Koma ndikudziwa kuti mfumu ya Iguputo sidzakulolani kupita pokhapokha ngati dzanja lamphamvu lachita kukukakamizani. 20 Ndipo ndidzatambasula dzanja langa ndi kukantha Aigupto ndi zozizwa zonse ndidzacita m'mwemo; pambuyo pake adzakulolani kupita. (Ekisodo 3)*

47

Pamene maso ake ali pa Mbuye wake, Mose anakhalabe munthu wokhumudwa kwambiri.
Yesaya akutiuza kuti:

*8 Pakuti maganizo anga sali maganizo anu, kapena njira zanu sizili njira zanga, ati Yehova. 9 Pakuti monga kumwamba kuli kutali ndi dziko lapansi, momwemonso njira zanga zili zazitali kupambana njira zanu, ndi maganizo anga kupambana maganizo anu. (Yesaya 55)*

Njira za Mulungu ndi zosiyana kwambiri ndi njira zathu. Zonse zotizinga zikayamba kugwa, kuposa ndi kale lonse tiyenera kuyang'ana maso athu kwa Mulungu amene sali wamkulu chabe kuposa mikhalidwe imeneyi komanso akhoza kuzigwiritsa ntchito kukwaniritsa zolinga zake zazikulu.

Mu kukhumudwa kwake, Mose analirira kwa Mulungu. "N'chifukwa chiyani zonsezi zikuchitika?" Kodi Yehova anamuyankha bwanji Mose? Eksodo 6. 1 akutiuza kuti:

*1 Ndipo Yehova anati kwa Mose, Uona tsopano chimene ndidzachitira Farao; pakuti ndi dzanja lamphamvu adzawatulutsa, ndipo ndi dzanja lamphamvu adzawaingitsa m'dziko lake.*
*(Ekisodo 6)*

Mulungu anakumbutsa Mose tsiku limenelo kuti Iye anali Mulungu wamphamvu zonse. Mose anali kudzaona zimene Yehova wamphamvu zonse akanacita. Ntchitoyo inali ya Mulungu, akanalowererapo pa nthawi yake. Ziyenera kuti zinali zotsitsimula chotani nanga kwa Mose tsiku limenelo kukumbutsidwa kuti Mulungu wake anali kuululira mwaufumu dongosolo Lake. N'zoona kuti Mose anafika kumapeto kwa chuma chake koma Mulungu anali asanamalize. Mose akanati, mu nthawi ya Mulungu, adzawona kugwira ntchito kwamphamvu kwa Mulungu Wake.

Kodi mwakhumudwa? Kwezerani maso anu kwa Ambuye Wamkulu Koposa amene sanamalize ntchito imene waiyamba m'moyo wanu. Palibe chosatheka kwa Iye. Adzachitapo kanthu pa nthawi yake. Iye amene anakuitanani ali wokhulupirika (1 Atesalonika 5:24). Sanalakwitse kulola mikhalidwe yanu. Iye amadziwa chimene Iye akuchita. Mukhoza kumudalira kotheratu. Pa nthawi yake, inunso mudzamumva akunena kuti: "Tsopano uona chimene ndidzachita."

**Zofunika Kuganizira:**

- Kodi tiyenera kuyembekezera zimenezo chifukwa chakuti Mulungu ali nafe kuti anthu azimvetsera kwa ife? Kodi tiyenera kuyembekezera kuti utumiki umene Mulungu watiitanira udzakhala wosavuta nthawi zonse? Kodi ndi zovuta ziti zomwe mwakumana nazo muutumiki?

- Kodi munayamba mwakhumudwapo mu utumiki? Fotokozani.

- Kodi pali chifukwa chokhalira opanda chiyembekezo tikamvetsetsa kuti Mulungu ndi Mulungu wamphamvuyonse amene amalamulira ndiponso ali ndi ulamuliro pa zinthu zonse? Kodi mumapeza chitonthozo chotani podziwa kuti Mulungu ndi wamkulu kuposa kukhumudwa kwanu?

- Kodi kudziŵa kuti njira za Mulungu n'zosiyana ndi zathu, kumatithandiza bwanji kulimbana ndi zolefula zimene timakumana nazo?

**Za Pemphero:**

- Tithokoze Ambuye kuti Iye ndi wamkulu kuposa kukhumudwa kwathu kwakukulu.

- Pemphani Yehova kuti akuthandizeni kumvetsa kuti Iye ndi amene amalamulira zinthu zimene mukukumana nazo masiku ano.

- Pemphani chisomo kwa Mulungu kuti mupirire pamene zinthu sizikuyenda momwe mumayembekezera.

# MUTU 8 - Pita Kalakhule Ndi Mfumu Farao

*Werengani Exodo 6. 10-12, 28-30; 7. 14, 15; 8. 1, 2; 8. 20; 9. 1; 9. 13; 10. 1*

Kuyambira pamene Mose ndi Aroni anafika ku Iguputo, moyo wa ana a Israeli unafika povuta kwambiri. Anthu amene anayika chikhulupiriro pa iwo anayamba kuwatatemberera. Iyi inali nthawi yowawitsa kwa Mose. Izi sizomwe Mose amayembekezera. Nthawi zina tikamatumikira dzina la Ambuye timayembekezera kuti kalikose kaziyenda bwino. Pamene pachilungamo chake timakhala kuti takhudzidwa ndi nkhondo ya uzimu. Nthawi zina zimaoneka ngat mdani wathu akutipambana. Imeneyi inali nyengo ina ya Mose. Mose atadziona mozungurira anaona kuvutika komwe anthu ake anali nako ndipo analira kwa Mulungu kuti ndi chifukwa chain anamutumiza pa dziko lapansi. Pameneposo tikhoza kuona kuti Mose anali atabalalika. Mulungu anamuuza Mose kuti adzamuononga Farao ndiposo kuti adzawalola kuti azipita dziko lakwawo.

Pamene zimenezi zimayenera kuti zichitike koma sizikanakwanilitsidwa nthaw yomweyo. Asanaongedwe Farao panali nkhondo yayikulu yomwe imayenera kuchitika. Kodi ndi chifukwa chiyani Mulungu satipatsa chipambano tisanamenye nkhondo? Kodi chifukwa chiyani pali zokhumudwitsa ndi zotibwezeretsa m'mbuyo pakhondo yomwe ili pamkati pathu? Ndi m'busa wake uti amene sanakumanepo ndi zophinja mu m'mpingo mwake? Nanga ndi M'mpingo wake uti sunasiyepo anthu ali okupsa mitima? Nangaso ndi kholo lake liti lomwe silinakhumudwepo ndi zochita za ana ake? Kodi ndi zosavuta motani kuzisiya zithu kuti zipite masiku ano. Ngati mene Mose analilira tsiku limenero kuti ndi chifukwa chiyani Mulungu anamutumiza, amadzimva kukhumudwa ndi Mulungu komaso mayitanidwe ake. Mulungu malo mwake anali asanamalizane naye. Pachilungamo chake, Mulungu anamuuza Mose kuti ayimirire ndikubwerera kwa Farao.

Pakumva zimenezo Mose anayakha kuti:
12 ...." Ngati Aisraeli sadandimvere, Farao adzandimvera chifukwa chiyani? Pajatu sinditha kulakhula bwino" [ Eksodo 6]

Mose sanavetsetse chifukwa chimene Ambuye anamuuza kuti abwerere kwa mfumu Farao pamene mfumuyo inali yokwiya ndi iyeyo komaso ana a Israeli. Ngakhala anthu ake omwe anataya chikhulupiriro pa iye. Uyu unali umboni kuti mtima wa mfumu Farao unali utalimba ngati mwala. Kodi chabwino chake chiyani kuti ndibwerere? Mose amalidziwa kale yakho lomwe mfumu Farao anakapereka.

Pambuyo pake, Mose akadzimva kuti sangakwanitseso kalikose." Ndine munthu wa milomo yosadulidwa" Anamuuza Mulungu. Mdulidwe wa achinyamata achichepere umatathauza kudzipereka kwatuthu kwa Mulungu. Chinali chidziwitso chosonyeza kuti ndiwe wake wa Mulungu. Pamene Mose amamuuza Mulungu kuti ali ndi milomo yosadulidwa, amafuna kutathauza kuti sanapatsidwe mphatso yakulakhula. Milomo yake inali ngati anthu amene sanali ake a Mulungu. Milomo imeneyi simatathauza mphamvu kapena kudzodza kwa Mulungu. Kodi anakapanga chani osadzodzedwa? Nanga anakayembekezera motani kugonjetsa mphamvu za Farao ndi milomo yake yosadulidwa? Anali atayeserapo kale, Kuyesera kumeneko kunamupangitsa kuti alephere komaso adzimve kusokonezedwa.

Mayesero amenewa a Mose anali oti ataye chiyembekezo ndikumvomereza kugona. Mululungu anamuuza kuti ayimirire ndikubwe kwa Farao. Anamuuza kuti apirire.

Mtima wa Mfumu Farao unali olimba kwambiri pa zithu zomwe Mulungu amafuna. Anali osakozeka kumvetsera zofuna za Mulungu. Panali nthawi ina imene panali anthu amene samafuna kumva zose zimene ndinkafuna kuti ndi walalikire. Mulungu nthawi zambiri amatitumana kwa anthu amene mimtima yawo ndiyolimba ndipo safuna kumva zomwe Mulungu akufuna awalakhule. Mvetserani kuyitana kwa Ambuye mu m'buku la Yesaya:

*8, Kenaka ndinamva mawu Ambuye akuti" Kodi ndidzatuma yani? Ndipo ndani adzapite m'malo mwanga?" Ndilipo, Tumene" 9, Yehova anati," Pita ndipo ukawauze anthu awa:" Kumva muzimva koma osamvetsetsa, kuona muziona koma osaona kanthu. 10, Tsono anthu amenewa uwaphe mitima; uwagothetse makutu, ndipo uwatseke m'maso. Mwina angaone ndi maso ndikumva ndi makutu awo, angamvetse ndi mitima yawo kenaka ndi kutembenuka mtima ndi kuchiritsidwa," 11, Pamenepo ine ndidati," Zimenezo ndi mpaka liti Ambuye?" ndipo iye anandiyakha kuti," paka mizinda itasanduka mabwinja mpaka kusowa okhalamo, paka nyumba zitasowa okhalamo, mpaka dziko litsanduka chipululu ndithu" 12, Mpaka (Yesaya 6)*

Kuunikira utumiki wa Yesaya, anthu anthawi yake sakanatha kumvetsera uthenga wake. Koma Mulungu anali akumuyitanabe mpaka nyumba zitasanduka mabwinja. Zinali zovutabe kukhala okhulupirirka munyengo ngat zimenezo. Zimenezi zinali zina mwa zomwe mtumiki Yesaya amayenera kukumana nazo.

Angelo a Mulungu tsiku lina anabwera mudera lina lotchedwa Sodomu. Anamuchenjeza Loti pazoopsa zomwe zimayenera kugwera zindawo. Anamuuza kutiso achenjeze banja lake za chiopsezo chimenechi. Loti anapita kukachenjeza banja lake koma palibe amene anamumvera kuti akukamba zoona {Genesisi 19:14}. Kodi bwanj Mulungu anatumiza Loti kuti akalakhule banja lake pamene ankadziwa kuti sakamumvera?

Kodi phindu lake lotani kulalika kwa anthu akuti anaumitsa mitima kuti samafuna kumva mawu a Mulungu? Mulungu samangotitumiza chabe kuti tidzapulumutsidwe; anatitumaso kuti tidzakambe zachiweruzo chake. Ngakhale Mulungu amamutumiza mtumiki

Yesaya amadziwa ndithu kuti anthu alimbitsa mitima ndipo sakamvera mawu ake. M'malo mwake Mulungu anamutumiza Yesaya kuti adzafalitse za chiweruzo chake.

Tikaunikira khani ya Mose, Mulungu sanatumize Mose kwa Farao pakukhulupirira kuti mtima wake ukasitha. Maulendo khumi osewa aamene Mose ankapita kwa Farao chiganizo cha mfumu sichimasithabe. Nthawi zose zimene Mose amabwerera kokakumana ndi mfumu Farao mulili umakulirakulira ndipo umaonongaso kwambiri. Chiweuzo chimene Mulungu anapereka kwa mfumu Farao ndi anthu ake chinali chodziwikilatu.

Chilungamo chakuti Mulungu amumutumizaso Mose mobwereza chinali chongofuna kutionetsa kuti Mulungu wathu wanthu ndiwa chilungamo ndiwodekha. Anakantha kupereka mwayi umodzi kwa ma Igupto, asanapereke chigamulo chake, koma iye anali kutumiza Mose nthawi ndi nthawi. Farao analibe chifukwa china koma maulendo onse khumi amene ankamukana Mose zinatsimikizira chigamulo cha Mulungu.

Ngati Mose, ifeso tinatumizidwa ndi Mulungu. Nthawi zina ifeso ndife opulumutsa moyo nthawi zinaso opulumutsa imfa.

*15, Pakuti kwa Mulungu ndife fungo labwino la khristu pakati pa iwo amene akupulumutsidwa ndi amene akuwonongeka. 16, Kwa amene akuonongeka ndife fungo la imfa, limawapha. Ndipo kwa amene akupulumuka ndife fungo la moyo, limawapatsa moyo. Ndani angayithe ntchito yotereyi? {2 Akolinto 2}*

Nthawi zina timayitanidwa kuti tidzatchule za kutiwombola kwake kwa Mulungu, nthawi zinaso zachiweruzo chake cha Mulungu. Mose amakhala moyo oterewu kwa anthu ake ana a Israeli anali odzawaombola pamene kwa anthu aku Igupto anali pulumutsi wa wa imfa.

Mtumiki Petro akutiuza zokhudza Yesu;

*6 Pakuti m'malemba mwalembedwa kuti:" Taoonani, ndikuyika mwala wa maziko mu Ziyoni, wosakhika ndi wamtengo wapatali.*

Amene akhulupirira iye sadzachititsidwa manyazi" 7 Tsono kwa inu okhulupirira, mwalawo ndi wamtengo wapatali. Koma kwa amene sakhulupirira," Mwala umene amisiri omanga nyumba anaukana mwala omwewo wasanduka mwala wa maziko, 8 ndi" Mwala wopunthwitsa anthu ndiposo nthanthwe limene limagwetsa anthu." iwo amapunthwa chifukwa samvea uthenga, Pakuti ichi ndiye chinali chifuniro cha Mulungu pa iwo.

Mulungu amene timamutchula ndi watengo wapatali kwa amene amakhulupirira, koma ndi mwala ndichotchinga kwa amene samamumvera. Ngati Mose, timayika moyo ndi imfa kwa amene amamva mawu anthu. Koma lonjezo la Mulungu ndilakuti mawu ake sadzabwerera opanda phindu.

10, Monga mvula ndi chisanu zimatsika kuchokera kumwamba, Ndipo sizibwerera komweko koma zimathirira dziko lapansi. Zimameretsa ndikukulitsa zomera kenaka ndikupatsa m'limi chakudya. 11, Ndi mmeneso amachitira mawu ochokera m'kamwa mwanga. Sadzabwerera kwa ine opanda phindu lake, koma adzachita zonse zimene ndifuna, ndipo adzakwaniritsa cholinga chimene ndinawatumira.

Mawu a Mulungu kudzera mwa Mose sanali opanda phindu. Kudzera mawu omwewo chiweruzo chinatulutsidwa kwa ma Igupto. Ngakhale anthu sangakhulupirire amayenera kuti achenjezedwe. Awa anali maphuziro ovuta kuti Mose aphunzire. Ngati mneneri wa Mulungu, Mose samayenera kusankha mawu akuti alakhule amayenera kuti alakhule mawu onse amene Mulungu wamutuma kuti alakhule. Nthawi zina anthu amatha kudalitsika ndi mawu amene wasakha kuti usalalike pa nthawi imeneyo, nthawi zinaso amatha kusawalandira ndi kudana ndiwobweretsa mawuwo. Nthawi zina timangolalika za madalitso a Mulungu nthawi zina za chieruzo chake, koma mnenere wachilungamo amayenera kunena zose pamodzi zokhudza madalitso a Mulungu ndi chigamulo chake cha Mulungu.

Ndimasilira kudenkha ndi kulimba mtima kwa Mose amene anapirira ngakhale anakumana ndi zophinja zochuluka.

Amabwerera mobwerezabwereza kukanena za uthenga wa Mulungu. Kodi umenewu unali utumiki otani olalika za chiweruzo. Kodi chinali chabwino motani kukhala olalika za kuwomboledwa. Kaya ndiwe olalika za chiweruzo kaya kuwomboledwa, koma mayitaanidwe a Mulungu pamoyo wathu ayenera kukhala odekha ndi achilungamo ngati kapolo, kukalalika uthenga umene Mulungu watipatsa kuti tilalike.

**Zofunika Kuganizira:**

- Kodi Mulungu akamatiyitana amatilonjeza kuti chilichose sichikakhala chovuta? Kodi nanga ndi zophinja zake ziti zimene zinali mayitanidwe a Mose?

- Kodi munabalalikapo mutaona kuti utumuki wanu sunasithe ngati mene maganizira?

- Kodi kumvetsetsa kuti tili pakhondo ya uzimu zimakhudzana bwanj ndi masophenya anthu auutumiki

- Kodi ndi chifukwa chiyani tikuyenera kulalakira kwa amene sakufuna kumva? Kodi chifukwa chiyani akuyenera kuti amve ndithu mawu a Mulungu?

- Kodi mneneri ali ndi ufulu osakha mawu amene iyeyo ayenera kulakhula? Kodi mawu amane tiyenera kugawa ayenera kuti akhale abwino okhaokha kwa mene tikufuna kumugayira?

- Kodi tinayitanidwa ku" chipambano" kapena" kukhulupirika"? Kodi nanga zosiyana bwanji kuyika chidwi pa chiapambano kapena chidwi pa kukhulupirika? Kodi nanga Mose anamvutika nazo motani zimenezi?

**Za Pemphero:**

- Mupepheni Mulungu kuti akupatseni kupirila kuti mupitilizebe kulalika ngakhale pamene mukumva ngati musiye.

- Mupepheni Mulungu kuti ayike maganizo anu padera pamene mukutumikila ndikumusiyab kuti akudalitseni mene akufunira. Mupepheniso Mulungu kuti akukhulukireni pobwera muutumiki ndi malingaliro anu. Mufuseni kuti akupangeni kuti mukhale okhulupirika kwa iye ndikucholinga chake.

- Pezani nthawi ndikumuthokoza Mulungu pazithu zimene anakuphuzitsani pa utumiki wanu ozama ndi masautso ena apa moyo wanu wathupi.

- Mupepheni kuti akupatseni mtima okhala okhulupirika kwa pa zithu zose. Mupepheni kuti akuchotseni malingaliro amene mungayendetsere utumiki wanu. Muthokozeni kuti ngakhale sititha kumvetsa, koma njira zake zopambana kuposo mene timaganizira.

- Mupepheni Mulungu kuti akupatseni kupirila kuti mupitilizebe kulalika ngakhale pamene mukumva ngati musiye.

- Mupepheni Mulungu kuti ayike maganizo anu padera pamene mukutumikila ndikumusiyab kuti akudalitseni mene akufunira. Mupepheniso Mulungu kuti akukhulukireni pobwera muutumiki ndi malingaliro anu. Mufuseni kuti akupangeni kuti mukhale okhulupirika kwa iye ndikucholinga chake.

- Pezani nthawi ndikumuthokoza Mulungu pazithu zimene anakuphuzitsani pa utumiki wanu ozama ndi masautso ena apa moyo wanu wathupi.

- Mupepheni kuti akupatseni mtima okhala okhulupirika kwa pa zithu zose. Mupepheni kuti akuchotseni malingaliro amene mungayendetsere utumiki wanu. Muthokozeni kuti ngakhale sititha kumvetsa, koma njira zake zopambana kuposo mene timaganizira.

# MUTU 9 - Mose Alira Kwa Mulungu

*Werengani Ekisodo 15. 22-26; 17. 1-7; 18. 9-26*

Tikaganizira zinthu ziwiri zakumapeto m'mene Mose anavutikira ndi mayitanidwe a Mulungu. Mulungu anamulimbikitsa Mose kuti asiye chilichose manja mwake ndikupirira ndi ntchito yomwe iye mwini Mulungu anamuyitanira. Sizipambano zonse zimabwera nthawi yomweyo zipambano zina zimabwera patapita nthawi komaso utapirira nthawi yayitari. Masiku atapita. Masabata atapitaso Mulungu anamulimbikitsabe Mose kuti azipitabe kwa Farao. Ulendo ulionse umene Farao ankamukana Mose Mulungu amaonjezera chilango china pa nthaka yawo. Chakudya cha anthu aku Iguputo chinapita kaonongekabe koma Farao anamvomera kuwamasula ana Aisraeli pamene chilichose choyamba kubadwa kwa munthu kapena nyama chinafa.

Farao sanagonjetsedwebe, malo mwake kudzitamandira kwake kunapangitsa kuti awatsatire kuti awabwezeretsebe ku Igupto, Asilikali ake anawatsatilabe ana Aisraeli pamene ankathawa. Momwemoso Mulungu anaonetsera mphamvu zake pogawa madzi kuti anthu ake awolokere pouma kupita tsidya lina la nyanja. Pamene ma Igupto ankafuna kuti awoloke Mulungu anawabwezeretsa madzi malo mwake ndikumiza asilikali onse a Farao kupereka pata kwa ana Aisraeli kuti anthawe.

Zozizwitsa zimenezi zinali zopindulitsa kwa ana a Israeli komaso zochitika zawo ndi Mulungu ndi mtumiki wake Mose:

*30 Tsiku limeneli Yehova anapulumutsa Israeli m'manja mwa Aigupto ndi Israeli anaona Aigpto alilambalamba m'mbali mw nyanja atafa 31 Choncho Aisraeli anaona dzanja lamphamvu la Yehova limene linagonjetsa Aigupto aja, ndipo iwo anaopa Yehova ndi kumukhulupirira ndi mtumiki wake Mose.*

Tsopano panalibeso mfuso lina, zinali zodziwikiratu kuti Mulungu anabwera kudzawapulumutsa. Akapolo achi Hebri amanewa anakhazikika pa chikhulupiriro chawo pa Mulungu ndi Mose kuti anabweradi kudzawachotsa kuukapolo. Chikhulupiriro chatsopanochi sichi kangobwera opanda mayesero ake.

Panthawi yomwe Mose amawatsogolera ana Aisraeli analowa nawo muchipululu, ana Aisraeli anayamba kukumana ndi zokhoma za muchipululu. Nthawi ina akuyenda anafika pamalo pena pomwe panali madzi koma madziwo anali owawa akuti sanakwanitse kumwa. Nokhaso mukhoz kuona mene zimavekera kukhala ndi madzi koma osakwanitsa kuwamwa. Posakhalitsa nayamba kudandaula" Kodi tidzamwa chiyani?' analila kwa Mose.

 Mose analibe njira yothetsera vutoli ndipo anapita kwa Yehova ndi vutolo. Yankho la Ambuye linali losavuta. Iye anauza Mose kuti adule mtengo n'kuuponya m'madzi. Atachita zimenezi, madziwo 'anapangidwa okoma. Anthu anakhuta.

Pamene ankapitiriza ulendo wawo, chakudya chimene anabweretsa pa ulendowo chinayamba kutha. Izi zinawadetsa nkhawa anthuwo ndipo anayamba kudabwa ngati adzafa ndi njala m'chipululu. Apanso anayamba kudandaula kwa Mose. Nthawi iyi akumnenera Iye kuti anawatulutsa kuchipululu kukawapha ndi njala.

*2 M'chipululumo gulu lonse linadandaulira Mose ndi Aaroni 3 kuti, "Kukanakhala bwino Yehova akanatiphera m'dziko la Igupto! Kumeneko timadya nyama ndi buledi mpaka kukhuta, koma inu mwabwera nafe ku chipululu kudzapha mpingo wonsewu ndi njala!" (Ekisodo 16)*

Kodi Mose anayenera kuchita chiyani? Kodi akanapeza kuti chakudya choti adyetse khamu limeneli m'chipululu? Apanso, Mose analira kwa Yehova ndipo Yehova anamuyankha. Iye anavumbitsa mkate wochokera kumwamba. M'mawa uliwonse pamene ankadzuka anthu anapeza mana pansi. Ankatolera n'kukhala ndi chakudya chokwanira pa tsikulo.

*4 Ndipo Yehova anati kwa Mose, "Ine ndidzakupatsani buledi wogwa kuchokera kumwamba ngati mvula. Anthu azituluka tsiku lililonse kukatola buledi wokwanira tsiku limenelo. Ine ndidzawayesa m'njira imeneyi kuti ndione ngati adzatsatira malangizo anga. (Ekisodo 16)*

Apanso, anthu anaona ulemerero ndi makonzedwe a Mulungu. Mose, komabe, adamvetsetsa momwe adadalira Yehova ndi mayankho omwe adapereka pa zosowa za anthu.

Pamene ulendo unkapitirira kudutsa m'chipululu. Anthuwo anafika pamalo otchedwa Refadimu. Munalibe madzi ku Refadimu. Apanso, Aisrayeli akudandaula kuti:

*3 Koma anthu anali ndi ludzu pamenepo ndipo anang'ung'udza pamaso pa Mose namufunsa kuti, "unatitulutsa m'dziko la Igupto kuti ife, ana athu pamodzi ndi ziweto zathu tife ndi ludzu?" Eksodo 17*

Monga nthawi zina, Mose anafuulira kwa Yehova, kuti, Ndiwachitire chiyani anthu awa? Atsala pang'ono kundiponya miyala. (Eksodo 17:4). Komabe kamodzinso Yehova anapereka yankho. Anauza Mose kuti amenye thanthwe ndi ndodo yake kuti litulutse madzi kuti anthu amwe.

Kodi tikuphunzira chiyani pa zimene zinachitika pa moyo wa Mose? Mu Eksodo chaputala 15-18 timawerenga za nthaŵi zinayi zimene Mose anafunsira uphungu wa Yehova mogwirizana ndi zovuta zimene anakumana nazo. Mose sanadalire nzeru zake. Iye ankadziwa kuti analibe mayankho. Talingalirani kukula kwa ntchito imene Mulungu anamuyitanira m'masiku amenewo:

Dr. Danny Kellum, Headmaster wa Donelson Christian Academy, analemba kuti:

"Chimodzi mwa zozizwitsa zazikulu za masamu padziko lapansi: Mose ndi anthu anali m'chipululu, koma anali kudzachita nawo chiyani? Anayenera kudyetsedwa, ndipo kudyetsa anthu 3 kapena 3 1/2 miliyoni kumafuna zambiri. Chakudya.

Malinga ndi a Quartermaster General mu Gulu Lankhondo, akuti Mose amayenera kukhala ndi matani 1, 500 a chakudya tsiku lililonse. Kodi mukudziŵa kuti tsiku lililonse pangafunike masitima onyamula katundu aŵiri kuti abweretse chakudya chambiri chotere pa mtunda wa kilomita imodzi!

Kuwonjezera apo, muyenera kukumbukira kuti iwo anali m'chipululu, ndipo anafunikira kukhala ndi nkhuni zophikira chakudyacho. Zimenezi zingatenge matani 4, 000 a nkhuni ndi masitima onyamula katundu oŵerengeka pautali wa kilomita imodzi, kwa tsiku limodzi lokha.

Ndipo tangoganizani, iwo anali zaka makumi anai mu ulendo.

O, inde, iwo akanayenera kukhala ndi madzi. Ngati akanakhala ndi zokwanira kumwa ndi kutsuka mbale zoŵerengeka, zikanatengera malita 11, 000, 000 tsiku lililonse, ndi sitima yapamtunda yokhala ndi matanki utali wa makilomita 1, 800, kubweretsa madzi basi!

Ndiyeno chinthu china. Iwo anayenera kuwoloka Nyanja Yofiira usiku. Tsopano, ngati akanayenda panjira yopapatiza, mafayilo aŵiri, mzerewo ukanakhala wa makilomita 800 ndipo ungafune masiku 35 usana ndi usiku kuti adutse. Chotero, panayenera kukhala danga m'Nyanja Yofiira, makilomita atatu m'lifupi kotero kuti azitha kuyenda mtunda wa makilomita 5, 000 kuti adutse usiku umodzi.

Koma ndiye vuto lina. Nthaŵi iriyonse pamene anamanga msasa kumapeto kwa tsikulo, bwalo lamisasa la magawo aŵiri mwa atatu a ukulu wa chigawo cha Rhode Island linafunikira, kapena chiwonkhetso cha masikweya kilomita 750 utali, talingalirani zimenezo! Malowa amangogona usiku wonse.

*Kodi ukuganiza kuti Mose anazilingalira zonsezi asanachoke ku Igupto? sindikuganiza ayi! Mwaona, Mose anakhulupirira mwa Mulungu. Mulungu anamusamalira zinthu zimenezi. ([http://www.kubik.org/lighter/exodus.htm](http://www.kubik.org/lighter/exodus.htm))*

Mawu amene Mose anafuulira kwa Yehova ndi ofunika kwambiri. Ichi chinali chinsinsi cha chigonjetso cha Mose m'chipululu. Uku kunali gwero la mphamvu zake. Iye anali wamphamvu chifukwa ankadalira Yehova ndipo ankamufunafuna m'zonse zimene ankachita. Iye sanadalire luso lake chifukwa ankadziwa kuti zimene ankauzidwa kuchita zinali zazikulu kwambiri kuposa iyeyo.

Wolemba buku la Miyambo anati:

*5 Uzikhulupirira Yehova ndi mtima wako wonse ndipo usadalire nzeru zako za kumvetsa zinthu. 6 Pa zochita zako zonse uvomereze kuti Mulungu alipo, ndipo Iye adzawongola njira zako. 7 Usamadzione ngati wa nzeru. Uziopa Yehova ndi kupewa zoyipa. (Miyambo 3)*

Ngati tikufuna kuti zinthu zitiyendere bwino, tisadalire luso lathu lomvetsa zinthu. M'malo mwake tiyenera kudalira Yehova ndi kumuvomereza m'njira zathu zonse. Izi zikutanthauza kumubweretsa Iye mu mapulani athu onse. Kumatanthauza kufunafuna chifuniro Chake osati chathu. Kumatanthauza kuchita zinthu m'njira yake osati m'njira yathu.

Ndikukhulupirira kuti Mose anamvetsa mfundo imeneyi. Tsiku ndi tsiku ankabwerera kwa Yehova kukafuna uphungu wake. Tsiku ndi tsiku Yehova anadzaza Mose ndi nzeru zake. Mose anapambana chifukwa sanadalire nzeru zake. Nthawi zonse ankafunafuna chifuniro cha Yehova m'mavuto amene ankakumana nawo.

Nzeru zimene Mose analandira kuchokera kwa Yehova ziliponso kwa ife masiku ano. Mtumwi Yakobo akutiuza kuti:

*5 Ngati wina pakati panu akusowa nzeru, apemphe kwa Mulungu amene amapereka kwa onse mwaulere ndi mosatonzera, ndipo adzapatsidwa. (Yakobo 1)*

Ndi lonjezo lodabwitsa bwanji. Kodi sitiyenera kukumana ndi moyo, ndi zovuta zake zonse ndi zokayikitsa, mwanzeru zathu ndi mphamvu zathu? Nzeru za Mulungu zili m'manja mwathu ngati tingomuyitana monga Mose. Kungakhale kusiyana kotani nanga m'miyoyo yathu ngati, mofanana ndi Mose, tithera nthaŵi yowonjezereka kufunafuna nzeru ya Yehova m'zochita zathu zatsiku ndi tsiku!

Kodi moyo wanu umakhala wochuluka bwanji mu mphamvu ndi nzeru zanu? Kodi Mulungu ali ndi mbali yotani pa zosankha zimene mumapanga tsiku ndi tsiku? Kodi mwakhala mukumutsekera Iye kunja kwa moyo wanu? Kodi mumafunafuna chifuniro cha Ambuye mosalekeza muzochita zanu zatsiku ndi tsiku? Mulungu anaika Mose mu utumiki umene unali waukulu kuposa iye, kuti aphunzire kuitana pa dzina lake. Kodi ifenso tidzachita chimodzimodzi?

**Zofunika Kuganizira:**

- Taganizirani mayankho amene Mulungu anapereka kwa Mose pamene ankafuulira kwa iye. Kodi akanatha kupeza mayankho otere?

- Kodi njira za Mulungu zimasiyana bwanji ndi zathu? N'chifukwa chiyani kuli kofunika kulira chifukwa cha nzeru zake?

- Kodi ndi manyazi kusakhala ndi yankho? Kodi kusakhala ndi yankho kumatitsogolera bwanji kwa Mulungu?

- Kodi utumiki wanu umasonyeza kuti muli ndi luso lapamwamba ndi nzeru kapena umavumbula mphamvu ya Mulungu?

- Anthu akamaona utumiki wanu, kodi amakuonani kapena amaona Mulungu? Kodi Aisiraeli anamuona bwanji Mulungu mu utumiki wa Mose?

- Kodi tiyenera kuopa kuitanidwa ku utumiki waukulu kuposa ife ndi luso lathu?

**Za Pemphero:**

- Tithokoze Yehova kuti satisiya tokha mu mautumiki amene watiyitanira. Muthokozeni chifukwa cha momwe adaululira kupezeka kwake kudzera mwa Mose. Pemphani kuti kukhalapo komweko kuwululidwe mwa inu ndi ntchito yomwe wakuyitanirani kuti muchite.

- Pemphani Mulungu kuti akukhululukireni nthawi zina pamene mwatsutsa nzeru zake ndi kuchita zinthu mwanjira yanu. Mpempheni kuti akupatseni chisomo kuti mudzipereke kwa Iye ndi cholinga Chake muzochita zanu zonse.

- Pemphani Mulungu kuti akukhululukireni chifukwa cha kunyada kofuna kuti anthu azikuonani kuposa Mulungu. Tengani kamphindi kupemphera kuti Mulungu athetse kunyada kulikonse mwa inu komwe sikudzakulolani kuwona kudalira kwanu pa Mulungu.

# MUTU 10 - Dzanja Lokwezedwa Mmwamba

*Eksodo 17:8-16*

Nthaŵi imene ana a Israyeli anakhala m'chipululu inali ndi zovuta zake. Paulendo wawo, adakumana ndi adani ambiri. Ekisodo 17 amatiuza za Aamaleki.

Atamva za kukhalapo kwa Aisrayeli m'dera lawo, Aamaleki anachita mantha. Pofuna kuteteza dziko lawo ku chiwopsezo chimenechi, mfumuyo inatumiza asilikali ake kuti akamenyane ndi Aisiraeli. Mose ataona adaniwo, anakonzekeretsa anthu kunkhondo. Yoswa ali patsogolo pawo, gulu lankhondo la Ahebri linayang'anizana ndi mdani wawo. Mose anakwera phiri loyang'anizana ndi chigwa chimene nkhondoyo inkachitikira. M'manja mwake munali ndodo imene Yehova anaigwiritsa ntchito potulutsa madzi m'thanthwe ndi kulekanitsa nyanja. Baibulo limatiuza kuti Mose anaimirira ndodo ija pamwamba pa nkhondoyo pamene ankaiona ikuchitika. Zindikirani zotsatira:

*9 Ndipo Mose anati kwa Yoswa, Utisankhire amuna, nutuluke kulimbana ndi Amaleki. Mawa ndidzaima pamwamba pa phiri ndi ndodo ya Mulungu m'dzanja langa. 10 Ndipo Yoswa anachita monga Mose adamuuza, namenyana ndi Amaleki; ndipo Mose, Aroni, ndi Huri anakwera pamwamba pa phiri. 11 Pamene Mose anakweza dzanja lake, Aisrayeli anapambana, ndipo potsitsa dzanja lake, Amaleki analakika. 12 Koma manja a Mose analefuka; ndipo anatenga mwala, nauika pansi pake, nakhala* pamenepo; ndipo Aroni ndi Hura ananyamula manja ake, wina mbali ina, ndi wina mbali ina. Choncho manja ake anali okhazikika mpaka kulowa kwa dzuwa. 13 Yoswa anagonjetsa Aamaleki ndi anthu ake ndi lupanga. (Ekisodo 17)

Pamene anthu a Mulungu anali pankhondo yakuthupi yolimbana ndi mdani wawo, panali nkhondo yauzimu yomwe inali kumenya nthawi imodzi. Nkhondo imeneyi inali yosaoneka koma yeniyeni monga mmene zinalili m'chigwachi. Nthawi yonse imene Mose anakweza ndodo ya Mulungu pamaso pa anthu, iwo anapambana nkhondoyo koma pamene manja ake analefuka ndi kutsitsa ndodo ya Mulungu, nkhondoyo inapita kwa adaniwo. Ntchito yonyamula ndodo ya Mulungu inali yofunika kwambiri kuti tipambane pankhondoyo.

Ndodo imene Mose anagwira m'manja mwake inkaimira mphamvu ndi ulamuliro wa Mulungu. Unali ulamuliro ndi mphamvu zimenezi zimene zinapulumutsa Israyeli kwa Aigupto. Mose anautambasulira pamwamba pa nyanja ndipo madzi anagawanika. Ndodo yomweyi inatulutsa madzi m'thanthwe la ku Refidimu. Ndodo imeneyi inadya ndodo za amatsenga a ku Iguputo amene anazisandutsa njoka pamaso pa Farao. Chinali chizindikiro cha kukhalapo kwa mphamvu ndi mphamvu kwa Mulungu. Kunyamula ndodo imeneyi kunali chikumbutso chosalekeza kwa anthu amene anali kumenyana m'munsimu kuti chigonjetso sichinali mwa mphamvu ndi luso lawo koma mu mphamvu ndi ulamuliro wa Yehova.

Mose anali munthu ndipo mphamvu zake zinali zochepa. Manja ake anafooka ndipo nthawi ndi nthawi ankawatsitsa kuti apumule. Sitikuuzidwa ngati asilikali achiisrayeli anataya miyoyo yawo pamene Mose anatsitsa manja ake. Komabe, Mose sanathe kufooketsa anthu ake chifukwa cha manja otopa. Kuti apambane, Mose anafunikira thandizo. Aroni ndi Huri anakwera phiri limodzi ndi Mose tsiku limenelo. Iwo anatenga mwala nauika kuti Mose akhale pansi. Aliyense wa iwo anatenga mkono umodzi wa Mose ndi kuuchirikiza kuti usagwe. Mwanjira imeneyi ndodo ya Mulungu inatsamira pa asilikali achiisrayeli ndipo chipambano chinatsimikizidwa.

68

Kodi munayamba mwafunsapo chifukwa chimene Mose sanangoika ndodo ya Mulungu pathanthwe pamwamba pa bwalo lankhondo? Kodi kunali koyenera kuti Mose agwire ndodo m'manja mwake? Kodi sakanangoupereka kwa Aroni pamene manja ake anatopa? Zikuoneka kuti ntchito yonyamula ndodoyo inali itaperekedwa kwa Mose yekha. Zinali zofunika kuti akhale wokhulupirika. Iye anali ndi mphindi za kufooka kwake pamene manja ake anagwa koma, ndi anzake pambali pake, iye anakhoza kupirira.

Pali ndodo zambiri zomwe tikufunikira kuti tinyamule pankhondo yauzimu lero. Ngati tilola ndodo ya pemphero kugwa, mivi ya mdani idzalowa pakati pathu. Ngati titaya ndodo ya Mawu a Mulungu timataya magwero athu anzeru ndi chitsogozo. Ngati tilola ndodo ya kumvera kugwa timadzipatula tokha ku magwero a mphamvu zathu.

Mofanana ndi Mose, nthawi zina timatopa. Yesu ankadziwa kuti kufooka pa nkhondo yauzimu kunali kotani. Tsiku lina anapita kumunda wa Getsemane. Nkhondo yoopsa yauzimu inabuka pamene Iye ankapemphera. Poona kukula kwa nkhondo imeneyi, anapempha ophunzira ake kuti ayang'ane ndi kupemphera naye limodzi. Monga Mose, ophunzira anaitanidwa kunyamula ndodo ya Mulungu pankhondo imeneyi. Yesu anasiya ophunzira ake kuti azipemphera koma atabwerako anawapeza ali m'tulo. Anawadzutsa ndipo anati:

*41 Dikirani, pempherani kuti mungalowe m'kuyesedwa. mzimutu ali wakufuna, koma thupi lili lolefuka. (Mateyu 26)*

Ophunzira a Yesu, kumbali yawo, anagwa mumsampha wa kufooka kwa thupi. Kawirikawiri, mofanana ndi iwo, sitinyamula ndodo imene Mulungu watipatsa. Thupi lathu ndi lofooka, mayesero ndi aakulu. Kulimbikira kupemphera, kumvera, ndi kukhulupirika n'kovuta. Ndodozi, komabe, ndi manja amphamvu olimbana ndi adani. Powakweza m'mwamba m'kutentha kwa nkhondo chipambano chidzakhaladi chathu. Mose anadziwa kuti pankhondoyo panafunika kuperekedwa nsembe. Pakanakhala kusapeza bwino ndi kutopa. Anazindikiranso kufunika kwake kwa mabwenzi okhulupirika ndi oopa Mulungu kuima naye pankhondo. Ambuye atithandize kupirira zomwe tiyenera kuchita kuti tipambane patsogolo pathu. Atipatsenso anzathu omwe timawafuna kuti aime nafe. Mwina wakuitanani kuti mukhale Aroni kapena Huri kuti mukweze ndi kuchirikiza manja a mtumiki wa Mulungu. Tiyeni tikhale okhulupirika pa ntchito imeneyi.

**Zofunika Kuganizira:**

- Kodi tikuphunzirapo chiyani apa za chikhalidwe cha nkhondo yomwe ili patsogolo pathu?

- Kodi nkhondo zathu zapambana m'thupi ndi mwazi, nzeru zaumunthu ndi luso? Kodi gwero la chipambano chathu ndi chiyani?

- Kodi zida za nkhondo yathu yolimbana ndi mphamvu zamdima ndi zotani?

- Kodi anzake a Mose anathandiza bwanji pankhondo yauzimu?

- Kodi muli ndi abwenzi okuthandizani mu nthawi ya kufooka kwanu?

- Kodi tiyenera kuyembekezera kuti nkhondo yomwe ili patsogolo pathu idzakhala yabwino komanso yosavuta?

- Kodi tiyenera kudzimana chiyani pankhondo imene ili patsogolo pathu?

- Kodi ndinu wokonzeka kupirira ngakhale zinthu zitavuta?

**Za Pemphero:**

- Pemphani Yehova kuti akuphunzitseni kuti nkhondoyi siipambana mwa nzeru ndi luso la munthu. Mpempheni kuti akuululireni mokwanira za nkhondo ya uzimu yomwe ili patsogolo pathu.

- Pemphani Yehova kuti akusonyezeni udindo wanu pankhondo yauzimu imene ikuchitika m'dera lathu.

- Pempherani kuti akuphunzitseni kugwiritsa ntchito mphatso zomwe wakupatsani pankhondoyi.

- Tengani kamphindi kupemphera kuti Ambuye akupatseni chipiriro ndi mphamvu kuti musataye mtima zinthu zikafika povuta.

- Kodi Yehova akufuna kuti mukhale thandizo ndi chilimbikitso kwa wina pankhondo yomwe isanadze iwo? Funsani Ambuye kuti akuwonetseni ngati akufuna kuti mudzayime ndi wina m'masabata akubwerawa.

# MUTU 11 - Pamwamba Pa Phiri

Werengani Eksodo 19:16-20; 24. 9-18; 34. 1-5, 29-35

Ubale umene Mose anali nawo ndi Mulungu unali wapadera. Anakhala bwenzi lapamtima la Mulungu. Baibulo limatiuza kuti Mulungu analankhula ndi Mose maso ndi maso. Polankhula ndi Miriamu ndi Aroni, Yehova anati za Mose:

*6 Ndipo iye anati, Imvani mawu anga: Ngati pali mneneri pakati pa inu, Ine Yehova ndidzizindikiritsa ndekha kwa iye m'masomphenya; Ndikulankhula naye m'maloto. 7 Sizinatero ndi mtumiki wanga Mose. Iye ndi wokhulupirika m'nyumba yanga yonse. 8 Iye ndikulankhula naye pakamwa ndi pakamwa, momveka bwino, osati mophiphiritsa, ndipo amaona mawonekedwe a Yehova. Nanga bwanji simunaopa kutsutsana naye mtumiki wanga Mose? (Numeri 12)*

Unansi wapadera umenewu ndi Mulungu unakula chifukwa cha nthaŵi imene Mose anakhala ndi Iye pamwamba pa phiri.

Nthawi yoyamba imene Mose anapita pamwamba pa phiri kukakumana ndi Mulungu inali yolandira Malamulo Khumi. Nkhaniyi ikufotokozedwa pa Eksodo 19:10-25. Asanatsike kukakumana ndi Mose, Mulungu anamuuza kuti akonzekeretse anthu. Kunali koyenera kuti anthu akhale oyera ndi zovala zawo zochapitsidwa. Pamene Yehova anavumbula kukhalapo kwake pa phirilo, anthuwo sanayenera kuyandikira kwa Iye koopera kuti angafe. Aliyense amene anakhudza phirilo pa nthawi imene kukhalapo kwa Yehova kunali kuonekera, ankayenera kuponyedwa miyala mpaka kufa.

Mose yekha ndi amene akanalowa pamaso pa Mulungu Wamphamvuyonse.

Tsikulo litakwana, paphiripo panamveka mabingu ndi mphezi. Mtambo wakuda bii unaphimba pamwamba pake. Ataima m'munsi mwa phirilo, anthu a Mulungu anadabwa kwambiri. Phiri linkaoneka ngati likuyaka moto. Yehova Mulungu anatsika m'malawi a motowo. Malowa anagwedezeka ndi ziwawa. Pamene Mose anayang'ana mwamantha pa chionetsero chochititsa mantha chimenechi cha kukhalapo kwa Mulungu, anamva mawu akumuitana kuti akwere pakati pa malawi a motowo. Pakati pa ulemerero wotero, Mose analankhulana ndi Mbuye ndi Mlengi Wake. Tangoganizirani mmene zinthu zinalili masiku amenewo. Tangoganizirani mmene anamvera Mose.

Patapita nthawi pang'ono mu Eksodo 24, Mose anaitanidwanso pamaso pa Yehova. Pa nthawiyi anayenera kupita limodzi ndi Aroni ndi akulu 70. Koma Aroni ndi akulu sanayenera kupita pamwamba pa phirilo. Mose yekha ndi amene akanatha kulowa pamaso pa Yehova. Aroni ndi akulu anaona kagawo kakang'ono ka ulemerero wa Mulungu tsiku limenelo. Amagawana nafe chochitika chimenecho mu Eksodo 24:

*9 Pamenepo Mose, Aroni, Nadabu, ndi Abihu, ndi akulu makumi asanu ndi aŵiri a Israyeli anakwera, 10 ndipo anaona Mulungu wa Israyeli. Pansi pa mapazi ake panali ngati poyalidwapo miyala ya safiro, ngati m'mwamba momwemo poyera. 11 Ndipo sanasanjikire dzanja lake pa akulu a ana a Israyeli; anapenya Mulungu, nadya, namwa. (Ekisodo 24)*

Chokumana nacho choona ulemerero wa Mulungu chinali chodabwitsa kwambiri kotero kuti Aroni ndi akulu anadabwa kuti anakhala ndi moyo kufotokoza nkhaniyo. Mulungu sanaikire manja ake pa iwo ndipo anakhala ndi moyo kudya ndi kumwa. Komabe, taonani kuti zimene amatifotokozera ndi njira imene Mulungu anayendapo. Komabe, ngakhale chimenecho chinali chochitika chimene chikanasintha miyoyo yawo.

Pa tsiku lachisanu ndi chiwiri la kukhala kwawo paphiri, Yehova anatsika ngati moto wonyeketsa. Malinga ndi maganizo a anthu, palibe amene akanatha kukhala pamaso pa Mulungu woteroyo n'kukhala ndi moyo. Koma Mose anakhala kumeneko masiku 40. Pa nthawiyi, Yehova anapatsa Mose malangizo omanga chihema. Mose sanayese kufotokoza nthawi zimenezi ndi Yehova. Kodi ndimotani mmene munthu anganenere m'mawu chokumana nacho choposa kuganiza kwa munthu?

Ulendo wachitatu umene Mose anakwera pamwamba pa phiri kukakumana ndi Mulungu walembedwa mu Ekisodo 34. Pa nthawi imeneyo mtambo waukulu unatsika, ndipo Yehova analankhula ndi mtumiki wake Mose. Kwa masiku 40 Mose sanadye kapena kumwa. Yehova anamulimbikitsa pa nthawiyo. Patapita masiku 40, Mose anabwerera kumsasa kuphiri. Iye sanadziwe pa nthawiyo, koma nkhope yake inawala ndi kuwala kwa Yehova Mulungu wake. Anthu ataona ulemelero wa Mulungu ukuonekera pa nkhope ya Mose. Mose anakakamizika kuphimba nkhope yake kubisa kuwala kwake.

Nthawi yomaliza imene Mose anakwera pamwamba pa phirili inali pafupi kufa. Pa nthawiyi sinali phiri la Sinai, koma phiri la Nebo. Paphiri la Nebo, Mulungu anaonetsa Mose, bwenzi lake, dziko limene anthu ake adzalandira. Kumeneko kunali pamene, kwanthaŵi yomaliza, Mose akalankhula ndi Mulungu wake m'thupi lake la padziko lapansi. Pa nthawiyi phirilo linakhala manda ake. Mose sanatsike m'phiri limenelo. Kufuma apo, wakaluta pamaso pa Yehova kwamuyirayira.

Baibulo limatiuza za Mose:

*10 Ndipo sipanaukanso m'Israyeli mneneri ngati Mose, amene Yehova anamdziŵa pamaso ndi maso; atumiki ake onse ndi dziko lake lonse, 12 ndi chifukwa cha mphamvu zonse ndi zoopsa zonse zazikulu zimene Mose anachita pamaso pa Aisiraeli onse.*
*(Deuteronomo 34)*

Palibe m'mbiri ya anthu munalibe munthu amene anali ndi chiyanjano chotere ndi Mulungu wake. Dziko lapansi linali

Iisanaonepo mphamvu ya Mulungu ikuwululidwa kupyolera mwa munthu mmodzi monga momwe inachitira mwa Mose.

Eksodo 33:11 akuti:

*11 Momwemo Yehova analankhula ndi Mose maso ndi maso, monga munthu amalankhula ndi bwenzi lake. (Ekisodo 33)*

Ubale umenewu unali wapadera kwambiri. Unakulitsidwa m'nthawi za mayanjano aakulu paphiri ndi m'kuyenda tsiku ndi tsiku ndi Mlengi wake.

Sizichitika kawirikawiri kupeza amuna ndi akazi ngati Mose. Kwa mbali zambiri, timakhala ngati anthu a Israyeli okhala m'munsi mwa phiri akumaopa Mulungu ali patali. N'zoona kuti ngakhale m'munsi mwa phirili anthu a Mulungu anadalitsidwa kwambiri. Anaona ulemerero wa Yehova, anamva mawu ake, anaona mphezi ndi mitambo yakuda. Anthu amene anaima m'munsi mwa phirilo anakhudzidwa mtima kwambiri ndi zimene zinachitikazi.

Ngakhale kuti m'munsi mwa phirilo muli madalitso ochuluka, kukanakhala kosangalatsa chotani nanga kupita patsogolo pang'ono ku nsonga yake. Kodi izi zingatheke? Aroni ndi akulu akanatha kufikako mwa kuitana mwapadera kwa Mulungu. Nanga bwanji ifeyo? Kodi tiyenera kukhutitsidwa kukhala m'munsi mwa phirilo? Kodi sitinapemphedwe kulowa pamaso pa Mulungu? Kupyolera mu imfa ya Kristu Yesu, khomo latsegulidwa kuti tonsefe tilowe pamaso pa Atate. Ahebri 10:19-22 akutiuza kuti:

*19 Chifukwa chake, abale, popeza tili ndi chidaliro cholowa m'malo opatulika ndi mwazi wa Yesu, 20 mwa njira yatsopano ndi yamoyo, imene anatitsegulira ife kudzera m'chinsalu chotchinga, ndiko kuti, mwa thupi lake; wansembe pa nyumba ya Mulungu, 22 tiyeni tiyandikire ndi mtima woona, m'chitsimikizo chonse cha chikhulupiriro, ndi mitima yathu yowazidwa kuchotsedwa ku chikumbumtima choipa, ndi matupi athu osambitsidwa ndi madzi oyera. (Ahebri 10)*

Wolemba Ahebri adzapitiriza kunena kuti:

*14 Popeza tsono tili ndi mkulu wa ansembe wamkulu, amene anadutsa kumwamba, Yesu Mwana wa Mulungu, tiyeni tigwiritsitse chivomerezo chathu. 15 Pakuti sitiri naye mkulu wa ansembe amene sakhoza kumva chifundo ndi zofooka zathu; 16 Choncho tiyeni molimba mtima tiyandikire kumpando wachifumu wachisomo, kuti tilandire chifundo ndi kupeza chisomo cha kutithandiza pa nthawi yakusowa. (Aheberi 4)*

Kuitanako kukupita kwa onse amene aimirira m'munsi mwa phirilo. Zomwe zatsala ndikuti tivomereze kuyitanidwa ndikukwera molimba mtima. Kodi mudzafuulira kwa Mulungu lero ndi kunena kuti: "Ambuye, kwa nthaŵi yaitali tsopano ndakhala wokhutiritsidwa kukhala m'munsi mwa phiri? Ndasangalala kukhala kutali. Iowa pamaso Panu."

Yehova akutsutsa aliyense wa ife kupyolera mu moyo wa mtumiki wake Mose kuti akhale ndi ubale wozama ndi Iyemwini. Kodi chitsanzo cha Mose chimenechi chimakuchititsani kukhala ndi chilakolako choyenda bwino ndi Mulungu? Akukuitanirani ku nkhope Yake. Tisakhutire kuima m'munsi mwa phiri pamene taitanidwa pamaso pake.

**Zofunika Kuganizira:**

- Kodi unansi wa Mose ndi Mulungu unakulitsidwa motani m'nthaŵi zake ali pamwamba pa phiri?

- Kodi mukuganiza kuti nthawizi ndi Mulungu zinali zotani pa moyo ndi utumiki wa Mose?

- Kodi tingakhale ndi chiyambukiro mu utumiki wathu ngati tilibe unansi ndi Mulungu?

- Kodi ubwenzi wanu ndi Mulungu mungaufotokoze bwanji? Kodi n'zotheka kuti mukhale pa ubwenzi wolimba ndi Mulungu?

- Kodi ndi mbali yotani imene Ambuye Yesu anachita potipangitsa kukhala paubale wozama ndi wapamtima kwambiri ndi Mulungu?

- Kodi mukuganiza kuti n'chiyani chiyenera kuchitika kuti mukhale pa ubwenzi wolimba ndi Mulungu?

- Chimakhala chiyani pakati pa inu ndi ubalewu?

**Za Pemphero:**

- Tithokoze Yehova chifukwa cha chitsanzo chodabwitsa chomwe tili nacho mwa umunthu wa Mose ndi kuyenda kwake ndi Mulungu.

- Tithokoze Ambuye Yesu kuti anapereka moyo wake kuti alipire chilango cha machimo athu, kuti tilowe mu ubale ndi Iye.

- Pemphani Yehova kuti akukhululukireni pa nthawi zimene mwakhala okhutitsidwa ndi kudziwa Mulungu patali. Mfunseni kuti akupatseni chidwi chozama cha Iye ndi kumuchitikira mwachikondi komanso mwaumwini.

# MUTU 12 - Kufatsa Kwa Mose

*Werengani Eksodo 32:7-14; Numeri 12. 1-13; 14. 10-20*

Mose anali atakhala masiku makumi anayi pamaso pa Mulungu. Nthawi iyi ndi Mulungu panali chinachake mawu sakanakhoza kufotokoza. Palibe mneneri amene anakhalapo ndi ubwenzi woterowo. Ndisimikiza kuti Mozesi wanguchitapu kanthu kuti wawere ku vinthu vo vinguchitika pa nyengu yo wenga mu msasa. Koma Aisiraeli ataona kuti Mose sabwerera, anayamba kuda nkhawa. Iwo ankaopa Mulungu wa Mose. Iwo ankadabwa ngati Mose adzabwerera. Kodi Mulungu wa moto wonyeketsa ndi mtambo wozama zidamuwononga? Kodi ameneyu anali Mulungu amene iwo ankafuna? Uyu anali Mulungu amene sakanatha kumulamulira, kulosera kapena kufotokoza. Pamene ankalingalira zimenezi, anaganiza zomupempha Aroni kuti awapangire mulungu wina amene angaone ndi kumukhudza, yemwe sangawawononge.

Baibulo limatiuza kuti Aroni anatenga ndolo zagolide za anthu, n'kuzisungunula, n'kupanga mwana wa ng'ombe wagolide n'kuzipereka kwa iwo. Aisiraeli ankasangalala ndi mulungu wawo watsopano. Analengeza chikondwerero chochilemekeza. Baibulo limatiuza kuti chikondwererochi chinali nthawi yoti anthu adye, kumwa ndi kuchita zimene zikuwakomera (Eksodo 32:6). Pochita zimenezi, iwo anakana Mulungu amene anawatulutsa mu ukapolo ku Iguputo.

Chiyanjano chaulemerero cha Mose ndi Mulungu chinasokonezedwa ndi zimene zinachitika mumsasa wa Aisrayeli. Mulungu anaona zimene zinali kuchitika ndipo anamuuza kuti abwerere kwa anthu ake. Iye anauza Mose kuti adzawononga mtundu wa Isiraeli ndipo kudzera mwa iye adzamanga mtundu waukulu kwambiri. Mose yekha ndiye anapezeka woyenerera kukhala tate wa anthu atsopano a Mulungu amenewa. Koma Mose atamva zolinga za Mulungu anafuula kuti:

*11 Inu Yehova, n'chifukwa chiyani mkwiyo wanu ukuyakira anthu anu, amene munawatulutsa m'dziko la Iguputo ndi mphamvu yaikulu ndi dzanja lamphamvu? 12 Anenerenji Aigupto, Anawatulutsa ndi cholinga choipa, kuti awaphe m'mapiri, ndi kuwatha pa dziko lapansi? Bweretsani mkwiyo wanu woyaka moto, ndi kulapa chifukwa cha tsokali pa anthu anu. 13 Kumbukirani Abrahamu, Isake, ndi Israyeli, atumiki anu, amene munalumbirira kwa inu nokha, ndi kuti, Ndidzachulukitsa mbeu zanu ngati nyenyezi zakumwamba, ndipo dziko ili lonse ndinalonjeza ndidzalipereka kwa inu. anawo, ndipo adzalandira muyaya. (Ekisodo 32)*

Mose anazindikira kuti machimo a anthuwo anali aakulu koma anapempha Mulungu kuti awachitire chifundo. Ndi mtima wosweka chifukwa cha anthu ake, Mose anapempha Mulungu kuti awakhululukire. Yehova anamva pemphero limenelo ndipo analeka zoipa zimene ankafuna kuchita (Eksodo 32:14).

Nthawi zambiri Mose ankapembedzera anthu ake mwanjira imeneyi. Mu Numeri 12, Miriamu ndi Aroni anatsutsa chosankha chake chokwatira mkazi wachikusi. Mkwiyo wa Yehova unakwiyira Miriamu chifukwa cha kung'ung'udza kwake ndipo anam'kantha ndi khate. Taonani yankho la Mose? "Mose anafuulira kwa Yehova, nati, Muchiritse iye tsopano, O Mulungu, ndikupemphani Inu." (Numeri 12:13) Pamenepa, Mose anafuulira Yehova kuti: Kodi chimenecho chikanakhala yankho lanu? Sitikudziŵa zimene Miriamu ananena ponena za Mose ndi mkazi wake, koma tingayerekezere mmene ifeyo tikanachitira tikakumana ndi vuto lofananalo. Chilungamo chinali chitachitidwa. Miriamu analibe ulemu kwa munthu wa Mulungu. Ananyoza mkazi amene Mose ankamukonda. Chilango chake chinali choyenera. Koma Mose anachonderera Mulungu kuti amukhululukire.

80

Wolemba buku la Numeri adayambitsa nkhani iyi ya Miriamu kudandaula za Mose pouza owerenga ake kuti:

*3 Munthuyo Mose anali wofatsa kwambiri kuposa anthu onse amene anali padziko lapansi. (Numeri 12)*

Nkhani iyi ndi chitsanzo cha kufatsa kwa Mose pa amene adamuchitira zoipa. Iye sanakwiyire mlongo wake Miriamu chifukwa cha chipongwe chake. Anapitirizabe kufunafuna ubwino wake ngakhale kuti ankanena za iye ndi mkazi wake.

Pa Numeri 14, azondi khumi ndi awiri anabwerera kuchokera kukazonda dziko la Kanani. Iwo anabwerera ndi mbiri ya zimphona ndi mizinda yokhala ndi mipanda yolimba kwambiri. Atamva zimenezi, Ahebri analefuka, akumaganiza kuti analibe mwayi uliwonse wolimbana ndi adani oterowo. Izi zidapangitsa kuti azidandaula motsutsana ndi Mose ndi Aroni, atsogoleri awo. Baibulo limatiuza kuti ngakhale analankhula za kuponya miyala Mose chifukwa chopita nawo m'chipululu kuti akafe (ndime 10). Pamene Mulungu anaona maganizo a anthu, anakwiya ndipo anati:

*11 Kodi anthu awa adzandinyoza kufikira liti? Ndipo sadzandikhulupirira kufikira liti, zingakhale zizindikilo zonse zimene ndacita pakati pao? 12 Ndidzawakantha ndi mliri ndi kuwachotsa cholowa chawo, ndipo ndidzakusandutsa iwe mtundu waukulu ndi wamphamvu kuposa iwo. (Numeri 14)*

Nayenso Mose anakhumudwa ndi zimene anthuwo anachita komanso kuti sankadalira Mulungu komanso kuti akhoza kuwapulumutsa. Nayenso ankaopa kuti angamuphe chifukwa ankadziwa kuti anthuwo anali okonzeka kumuponya miyala. Iye anafuulira kwa Mulungu, komabe, osati kaamba ka chitetezero chake, koma kaamba ka chitetezero cha awo amene anafuna moyo wake ndi ulemerero wa dzina la Mulungu wawo. Kufuulira kwa Mulungu m'malo mwawo adati
:
*13 Koma Mose anati kwa Yehova, Pamenepo Aaigupto adzamva, popeza munatulutsa anthu awa pakati pao ndi mphamvu yanu; 14 ndipo adzauza okhala m'dziko lino; Amva kuti inu Yehova muli*

*pakati pa anthu awa. Chifukwa inu, Ambuye, awonekere kumaso ndi nkhope, ndipo mtambo wanu ukuimirira, ndipo iwe uwatsogolera, pamtambo wa pamtambo masana ndi mtambo usiku. Tsopano ngati mupha anthu awa ngati munthu m'modzi, mayiko amene anamva mbiri yanu adzanena kuti, 16 Chifukwa chake Ambuye sanathe kubweretsa anthu awa kudziko lomwe adawalumbirira kuti awaphe iwo kuti awaphe M'chipululu. (Numeri 14)*

Mulungu adamvanso pemphelo la Mose ndi kuyankhidwa: Ndamukhululukila, monga mwa mawu anu (Numeri 14:20). Tatsala pang'ono kudabwa kuti kodi Mose sanadzutse bwanji moyo wa iwo omwe adafuna kuti amire miyala.

Mose anali munthu amene anapempherera iwo amene anakhumudwitsa. Amawonetsera chidwi chachikulu chokonda ndi chikondi chopanda malire. Munthawi zonse zomwe taphunzira pamwambapa, Mose ali wotsimikiziridwa kuti ndi munthu woleza mtima kwambiri pochita ndi mnzake. Moyo wake ndi chitsanzo cha zomwe Yesu akutiuza mu Mateyu 5:

*43 Mudamva kuti kudanenedwa, Uzikonda mnzako, ndi kudana ndi mdani wanu. 44 Koma ndinena kwa inu, kondani adani anu ndi kupempherera iwo amene akukuzunzani, kuti mukhale ana a Atate wanu wa kumwamba. Chifukwa amatulutsa dzuwa lake pa zoyipa ndi zabwino, ndipo imakuvulira mvula pa olungama ndi osalungama. 46 Chifukwa ngati mukonda iwo amene akukondani, kodi muli ndi mphoto yotani? Kodi okhometsa msonkho sachita zomwezo? 47 Ndipo ngati mupatsa moni abale anu okha, Kodi mukuchita chiyani kuposa ena? Kodi Amitundu sachita zomwezo? 48 Chifukwa chake inu mukhale angwiro, monga Atate wanu wa kumwamba ali wangwiro. (Mat. 5)*

Chikondi chomwe Yesu amalankhula za Yohane amalankhula za moyo wa Mose. Kuleza mtima kwa ena kukavala kuvala, Mose anakhalabe olimba ndipo anadzipereka kwa iwo omwe anakhumudwitsa ndi kumupweteketsa.

Yesu anapempherera asirikali omwe adapachika lye kuti:"Abambo awakhululukire chifukwa sadziwa zomwe akuchita" (Luka 23:34). Gulu la gulu lalikulu litatola miyala kuti ikamuponye, nthungo kunja". Sikovuta kupempherera ndi kudalitsa omwe amatizunza. Komabe, zitsanzozi zikuyenera kutitsutsa.

Ndikofunikira kudziwa kuti mapemphero a Mose kwa iwo omwe adamuchimwira sanali mawu chabe. Pamene adapemphera kuti Ambuye akhululukire, amawatengera ndi mtima wake wonse. Mverani pemphelo lake mu Ekisodo 32 Pambuyo pa anthu a ng'ombe yagolide:

*31 Pamenepo Mose anabwerera kwa Yehova, nati, Kalanga, anthu'wa achimwa tchimo lalikulu. Adzipangira milungu yagolidi. 32 Koma tsopano, ngati udzakhululukiranso tchimo lawo, ngati sichoncho, chonde nditung'ankhulira m'buku lanu lomwe mwalemba. 33 Koma Yehova anati kwa Mose, Aliyense wondichimwira Ine, ndidzafafanizidwa m'buku langa. (Ekisodo 32)*

"Ambuye," akupemphera, "ngati simukhululuka kuposa kungomwalira." Pali lingaliro pano kuti Mose akupempha Mulungu kuti atenge moyo wake m'malo mwa wawo. Anali wofunitsitsa kufera. Anali wofunitsitsa kudzipereka. Pali mphamvu zauzimu m'mawu a Mose.

Zaka zingapo pambuyo pake mtumwi Paulo anapempheranso mu Aroma 9:

*1 Ndikunena zowona mwa Kristi sindikunama; Chikumbumtima changa chimandichitira umboni mu Mzimu Woyera 2 kuti ndiri ndi chisoni chachikulu ndi kupsinjika mumtima mwanga. 3 Chifukwa ndikadafuna kuti ine ndikhale wotembereredwa ndikudula kwa Yesu chifukwa cha abale anga, abale anga monga mwa thupi.*
*(Aroma 9)*

Akadaperekanso moyo wake womwe unali wotheka chifukwa cha Aisraele. Kukonda kwake kwawo kunali kuti akadapatse zonse, ngati pochita izi angadziwe Ambuye Yesu.

Mose amawonetsera mtima wa m'busa wake. Amasilira koma osabwezera mkwiyo kapena kubwezera. Amalandira chipongwe cha anthu omwe amawatumikira ndikupitilizabe kuwapempherera ndi kusamalira zosowa zawo. Amadzifunira modzipereka ndi nthawi yake kuti asamalire anthu omwe Mulungu adamupatsa.

M'badwo Momwe mpingo umayembekezera kuti anthu aziwalemekeza ndi kuwalemekeza, tingachite bwino kukumbukira chitsanzo cha Mose. Kupatula kwa Ambuye Yesu, palibe amene anali kucheza ndi Mulungu kapena kuwonetsa mphamvu zake monga Mose. Komabe, anali wofunitsitsa kudzipereka zonse zomwe anali nazo chifukwa cha anthu omwe adawatumikira. Anapirira chitonzo chawo ndi kung'ung'udza ndipo anali wofunitsitsa atapereka moyo wake chifukwa cha iwo. Kufatsa ndi kudzichepetsa kwa Mose ndi komwe tingachite bwino kufunafuna m'miyoyo yathu ndi mautumiki. Momwe Tiyenera Kuwona Amuna ndi Akazi Masiku Ano amene amakana kudzipereka yekha m'malo mwa ofatsa ndi kudzichepetsa kwa Mose zomwe mwafuna mwa mtima ndikupitilizabe kutumikila anthu ake. Ndichitsanzo chotsimikizika cha zomwe Khristu watichitira. Kodi ife enieni omwe tawachitiridwa ndi chikondi chotere, osasonyeza chikondi chofananachi kwa ena?

**Zofunika Kuganizira:**

- Kodi Mose apembedzera bwanji anthu ake? Kodi zotsatira zake zikanatani ngati Mose sanazigonetse?

- Kodi Mose akumvera bwanji anthu amene akhumudwitsa? Kodi mudakhumudwitsidwa ndi winawake? Kodi mwayankha chiyani?

- Kodi mukulolera kudzipereka chifukwa cha omwe akhumudwitsani?

- Kodi Mose ali ndi udindo wapamwamba komanso kuyitana kulepheretsa utumiki wake kwa anthu? Kodi ndizotheka kuti tizidziona tokha tokha ndi malingaliro athu kuti sitikufunitsitsa kupereka nsembe zofunikira kwa ena?

- Kodi Mose akusonyeza bwanji kuti anali wodekha komanso mofatsa muutumiki?

**Za Pemphero:**

- Tithokoze ambuye kuti anadzadzipereka padziko lapansi.

- Funsani Mulungu kuti akupatseni kufatsa kwambiri. Mupempheni kuti akuthandizeni kuti mudzichotsere nokha kuti mutha kukhalanso patsogolo kwa inu omwe akukuzungulirani.

- Ngati mwakhumudwitsidwa ndi ena, pemphani Ambuye kuti akupatseni chisomo chokhululukira ndikudalitsa iwo amene akhumudwitsani. Mufunseni kuti akuwonetseni momwe mungatumikire pa zosowa zawo.

# MUTU 13 - Ngati Kukhalapo Kwanu Sikuyenda Ndi Ine

*Werengani Ekisodo 33. 1-23*

Mu chaputala chotsiriza, tidawona momwe Israeli adakwiyitsira Mulunguyo popanga mwana wa ng'ombe wagolide. Izi zinakwiyitsa Yehova kuti anauza Mose kuti adzanyeketsa anthu ndi kupanga mtundu waukulu wochokera kwa Mose mbadwa 3 (onani Ekisodo 32: 9-10). Mose apembedzero kuti anthu ndi Mulungu anavomera kuwakhululukire. Monga Ekisodo 33 Engh, AMBUYE analamulira Mose ndi anthu kuti apitirize ulendo wawo ku Dziko Lolonjezedwa. Anawafotokozera, komabe, kuti ngakhale adatumiza mngelo wake patsogolo pawo kupita nawo paulendo wawo, iyenso, sakanapita nawo kukawawononga panjira chifukwa chauchimo wawo.

*1 Ndipo Yehova anati kwa Mose, Chokani; Tulukani apa, iwe ndi anthu omwe mudamulera m'dziko la Aigupto, kudziko lomwe ndidalumbira kwa Abrahamu, Isake, ndi Yakobo, nati, Kwa ana ako. 2 Ndidzatumiza mngelo pamaso panu, ndipo ndidzatulutsa Akanani, Aamori, Ahiti, Acurize, ndi Abebusi ndi Ayebusi. 3 Pitani kudziko loyenda mkaka ndi uchi; Koma sindipita mwa inu, kuti ndingakuwonongerani, chifukwa ndinu anthu ouma khosi.*
*(Ekisodo 33)*

Ganizirani izi kwakanthawi. Mulungu ati adzatsegule njira yopita ku dziko lolonjezedwa kwa anthu ake. Koma zoposa izi, amatumiza mngelo wake pamaso pawo kuti akonzekere pothamangitsa adani awo. Vuto lokhalo linali loti iye payekhapayekha sanadzipangitse kukhalapo Kwake pamene iwo amayenda.

Kumbukirani kuti chifukwa chomwe anthu a Mulungu adapangira mwana wa ng'ombe, Mulungu chifukwa sanali otsimikiza kuti akufuna kuthana ndi Mulungu wamoto. Ngakhale adachita machimo, Mulungu adasankha kupatsa anthu ake dziko lomwe adalonjeza makolo awo ndi Mngelo wake kuti asesa njira yopita kudzikolo. Nthawi zambiri ndakhala ndikudabwitsidwa kuwona kuyankha Israeli ku Mawu awa a Mulungu.

Atamva kuti Ambuye sadzapita nawo, anthu amalira. Ngakhale sanali anthu omvera omwe amawafunabe mdalitsidwe wa Ambuye. Amafuna kuti Mulungu akhale wokhulupirika kumapeto kwake pa chipangano chokumana ndi kumapeto kwawo. Iwo anali achisoni moona mtima kuwona kuti Mulungu sangatero, iyemwini, akhale nawo. Ngakhale Mulungu adasoka molondola kukhalapo kwa anthu ake, ataona chisoni chawo Iye nati kwa Mose:

*4 Anthu atamva mawu olakwika awa, amalirira, ndipo palibe amene anaika zodzikongoletsera. 5 Pakuti Yehova anauza Mose, akati kwa ana a Isiraeli, Ndiwe anthu ouma khosi; Ngati ndikamodzi ndiyenera kupita pakati panu, ndimatha kukuwonongerani. Tsopano ikani zodzikongoletsera zanu, kuti ndidziwe choti ndichite nanu. (Ekisodo 33)*

Onani kuti anthu amalira atamva kuti Mulungu adawakwiyira ndipo sadzaulula kupezeka kwake pakati pawo. Ndi angati aife omwe angayankhe? Pali okhulupirira omwe amakhala m'miyoyo yawo kuti adziwe kuti akupita kumwamba ndikuti Mulungu adzawateteza ndikuwasunga. Okhulupirira awa sadziwa za kupezeka kwa Mulungu zochitika zawo za tsiku ndi tsiku. Amakhala tsiku lililonse ngati zonse zimawadalira. Sazindikira kutsogoleredwa ndi Mulungu kapena kusaona Mulungu m'madalitso a moyo. Samakhala paubwenzi weniweni ndi Mulungu akamadutsa pamavuto amoyo komanso sadziwa mphamvu yake mu utumiki wawo. Kwa okhulupirira awa, Mulungu ali kutali komanso kutali ndi moyo wawo watsiku ndi tsiku. Kwa iwo, ichi ndiye moyo wachikhristu wabwinobwino.

Komabe, Israyeli anali atakumana ndi kutsogoleredwa ndi Mulungu pamene anali kupita patsogolo pawo mumtambo. Iwo anali atawonapo mana a mana tsiku lililonse. Iwo adamuyang'ana lye gawo lamadzi ndikuwononga adani awo. Awa anali zochitika wamba m'moyo wa Israeli. Kuti muganize kuti Mulungu uyu adawakwiyira ndipo sakanachita kukhalapo Kwake kuti adziwe pamene akuyenda anali chifukwa cholira kwambiri komanso mantha.

Ndi chisangalalo cha ife bwanji apa ndi kuyankha kwa Mose ku mawu a Mulungu awa. Mose analowa m'hema wolonga kukalankhula ndi Mulungu. Tsiku lomwelo Mose analankhula molimba mtima. Anapempha Mulungu kuti afotokozere zolinga zake:

*12 Ndipo Mose anati kwa AMBUYE, Muuzeni ine, Tumizani anthu awa, koma simunandidziwitse amene mudzamzindikira ndi ine. Koma mwanena, Ndikudziwani dzina, ndipo mwandikomera mtima. 13 Tsopano, ngati ndapeza ufulu pamaso panu, chonde ndisonyezeni njira zako, kuti ndikudziweni kuti muwakonde. Onaninso kuti mtunduwu ndi anthu anu. (Ekisodo 33)*

Mose anati: "Ambuye, mwandiuza kuti mukufuna kuti nditsogolere anthu awa kupita kudziko lolonjezedwa. Mukundiuza kuti ndapeza zinthu. Mukukhala kuti ndi zinthu. Mukukhalabe ndi zinthu kuchokera ine. Mundifotokozere zolinga zanu. Bwanji simukubwera nafe? Mukutumiza ndani m'malo mwanu?"

Mose adafunitsitsa kupempha Mulungu kuti afotokozere zomwe amachita. Anakhumudwa atamva kuti Ambuye, sakanapita nawo. Amulimbikitsa molimba mtima Mulungu. Ngakhale kuti siikunenedwa mawu, zikuwoneka kuti Mose akupempha Ambuye kuti asinthe malingaliro ake.

Atamva pemphelo la Mose, Ambuye adamuuza: Kupezeka kwanga kudzapita nawe, ndipo ndidzamva pemphelo la Mose. Poyankha kuchonderera kwa Mose. Poyankha kuchonderera kwa Mose, Chisankho cha Mulungu chimasinthidwa. Kukhalapo kwake kumatha kupita ndi anthu ake. Mose akuwona kuti am'longosolere malingaliro ake. Ambuye akuwoneka kuti amalemekeza kulimba mtima kwake. Ambuye amalemekeza kulimbikitsa mtima. Ambuye iye wolakalaka mtima wake.

Modabwitsa kwambiri kuposa kulimba mtima kwa Mose m'ndimeyi ndi kuyankha kwa Mose kwa Ambuye pomuuza kuti kukhalapo kwake kudzawatsogolera. Mose ayankha mu Ekisodo 33. 15:"Ngati kukhalapo kwanu sikudzapita nane, musatitulutsire apa." (Ekisodo 33:15). Ndi zonyansa bwanji za Mose! Mulungu anali atapatsidwa kale pempho lake ndipo tsopano Mose ayankha ponena kuti "mukapanda kupita ndi ife Ambuye musativutitse ngakhale kutitumiza kuno." Ndingathe kumva mabingu a mkwiyo wa Mulungu pamene amvera mkwiyo chifukwa cha kudzichepetsa kwa mtumiki wake. M'malo mokwiya, komabe, Mulungu amayankha ponena kuti:

17 Izi zomwe mudalankhula ndichita, chifukwa mwandikomera mtima, ndipo ndikudziwani dzina. (Ekisodo 33):

*17 Izi zomwe mudalankhula ndichita, chifukwa mwandikomera mtima, ndipo ndikudziwani dzina. (Ekisodo 33)*

Funso lomwe ndimadzifunsa pano ndi ili: Chifukwa chiyani Mose adalankhula molimba mtima pankhaniyi? Zikuonekeratu kuti ichi chinali chinthu chofunikira kwambiri kwa Mose. M'malo mwake, adauza Mulungu kuti safuna kuchoka pamalo amenewo ngati Mulungu sanapite nawo. Mose anamvetsetsa china chake chomwe timaiwala mu zaka zathu za maphunziro ndi luso. Amamvetsetsa zosowa zake za Mulungu. Pamene anali kuona utsogoleri wake mpaka pamenepo, iye anazindikira kuti sakanatsogolera anthu awa popanda kukhalapo kwa Mulungu kuwongolera ndi kumupatsa mphamvu. Miliri yomwe idapangitsa Aigupto ku mawondo ake analibe chochita ndi Mose kapena luso lake. Mphamvu yomwe idachotsa madzi kuti anthuwo awoloke pa dziko louma silinali Mbemo. Kutha kubweretsa madzi ku thanthwe louma kunali chozizwitsa cha Mulungu. Chakudya chomwe chimakhala pansi panthaka sichinamiririka ndikusamalidwa ndi Mose. Zinthu zonsezi ndi chifukwa cha kupezeka kwa Mulungu ndi mphamvu Yake kuntchito. Sitinali chifukwa cha Kukhalapo kwa Mulungu, ana a

Israeli akadakali ku Egypt. Mose anali ndi ngongole zonse kwa Mulungu ndi kupezekapo. Mose sakanatha kulingalira zoyesa kutsogolera anthu popanda kukhalapo kwa Mulungu kuwongolera ndi kupatsa mphamvu. M'malo mwake, anganene kuti:

*16 Kodi adzadziwika bwanji kuti ndapeza ufulu pamaso panu, ine ndi anthu ako? Kodi sizopanda kupita nafe, kuti ndife osiyana, ine ndi anthu anu, ochokera kwa anthu onse padziko lapansi?*
*(Ekisodo 33)*

Mawu a Mose ndiofunika. Kodi munthu amadziwa bwanji kuti ndife anthu a Mulungu ngati kupezeka kwa Mulungu sikuli nafe ndipo mwa ife? Izi ndi zomwe zimatisiyanitsa ndi osakhulupirira. Kukhalapo kwa Mzimu wa Mulungu mwa wokhulupirira ndi komwe kumamupangitsa kukhala osiyana ndi anthu ena onse. Mose sadalira nzeru zake komanso luso lake. Amadziwa bwino momwe amafunira Ambuye Mulungu. Mulungu anali atamupatsa utumiki womwe sunathe konse konse kwa iye wa anthu. Sanali ndi nzeru kapena luso lofunikira kutsogolera anthu kudutsa m'chipululu. Sanazengereze kuvomereza izi. Kudalira kwake kunali pa Ambuye Mulungu chifukwa cha zochitika zonse zomwe adakumana nazo. Sangayerekeze kutsogolera anthu popanda malingaliro omveka bwino a kupezeka kwa Mulungu ndi Iye njira iliyonse yanjira.

Kodi tafika pamalo m'miyoyo yathu kumene timadalira kwathu kuti timaganiza zoposa kutsogoleredwa ndi mzimu wa Mulungu? Kodi takhulupirira kuti maphunziro athu atitengera kulikonse komwe tikufuna kupita? Kodi talephera kumvetsetsa zosowa zathu za Mulungu m'zinthu zonse? Ali kuti iwo, amene monga Mose adzakana kuti akhalepo ngati Mulungu sapita nawo. Ndi ntchito zingati zomwe zidawonongedwa ndi nzeru ndi kuyesetsa kwa anthu? Ndi anthu angati omwe Satana wagwetsa pansi chifukwa adalephera kuwona zosowa zawo za Mulungu? Mose sananene zonena za kuthekera kwake. Amadziwa kuti popanda Mulungu, adzalephera. Ambuye atipatse inu mkhalidwe womwewo lero.

**Zofunika Kuganizira:**

- Chifukwa chiyani mukufunikira Mulungu? Kodi mumachita momwe mumakhalira moyo wanu ndikuchita utumiki wanu kuwonetsa kuti mukufuna Mulungu?

- Kodi ndi zoopsa ziti zoyesa kukhalira ndi mtumiki osadziwa kukhalapo ndi kutsogolera kwa Mulungu?
- Kodi pali umboni wotani mu moyo wanu ndi utumiki wa Kukhalapo wa Mulungu?

- Kodi mukusangalala kudziwa kuti mudzapita kumwamba ndi kuti Mulungu adzakutetezani, koma osadziwa kukhalapo kwake tsiku lililonse?

- Kodi kudziwa kupezeka kwa Mulungu kwaokha kumatanthauza bwanji kusintha momwe timakhalira moyo wathu wachikhristu? Kodi ndi madalitso otani podziwa kukhalapo kwanu tsiku ndi tsiku?

**Za Pemphero:**

- Funsani AMBUYE kuti akuwonetseni zosowa zanu m'moyo wanu ndi utumiki.

- Funsani Mulungu kuti akukhululukireni nthawi yomwe mwakhala moyo wanu osamufunafuna.

- Funsani Mulungu kuti awulule kupezeka kwake mwa inu komanso mu utumiki wanu kuti iwonso aziona kuti ndinu ake komanso kuti ali mwa inu.

# MUTU 14 - Lankhulani Ndi Thanthwe

*Werengani manambala 20. 1-13*

Ambiri timawerenga nthawi zina pomwe anthu a Mulungu amadzipeza opanda madzi akumwa m'chipululu. Numeme 20 akutiuza kuti anasonkhana motsutsana ndi Mose ndi Aroni:

*2 Tsopano kulibe madzi mumpingo. Ndipo adadzisonkhana motsutsana ndi Mose ndi kutsutsana ndi Aroni. (Numeri 20)*

Aka sikanali koyamba kuti akadalipo. Mu Ekisodo 17, pamene anthu anali m'dera la Refidimu, adakumananso ndi zoterezi. Panthawiyo, anthuwo anakangana ndi Mose ndipo anamuimba mlandu kuti awabweretse (kuti awone Ekisodo 17: 2-3). Mose atalankhula ndi Mulungu za izi, anamuuza kuti agwire ndodo yake ndikumenya mwala winawake. Mose atamvera, madzi anatuluka kuchokera m'thanthwelo kupereka madzi amtunduwo kuti amwe.

Nthawi ino, anthu anali m'chigawo cha Kadesi, kumpoto kwa Refidim atakumananso ndi zomwezo. Anthuwo akamasonkhana motsutsana ndi Mose ndi Aroni kudandaula kwawo nthawi ino kuli kovuta komanso kusasangalala komwe adakumana nawo chifukwa izi zidachitikanso chifukwa izi zidachitikanso:

*3 Ndipo anthu anakangana ndi Mose nati, Kodi kuti tidatayika pomwe abale athu adawonongeka pamaso pa Ambuye Ambuye! 4 Kodi mwabweretsa bwanji msonkhano wa AMBUYE kulowa*

*m'chipululu muno, kuti tifere pano, tonsefe ndi ng'ombe zathu? 5
Ndipo mwatitulutsa mu Aigupto kuti atibweretse ku malo oyipawa?
Palibe malo a tirigu kapena nkhuyu kapena mipesa kapena
makangaza, ndipo palibe madzi akumwa. (Numeri 20)*

Anthu a Israeli adaona chipululu kukhala malo oyipa popanda madzi, tirigu, nkhuyu, mipesa kapena makangaza. Onani momwe amafotokozera momwe zingakhalire wakufa ndiye kuti mukhale m'dera lotere.

Mose ndi Aroni atamva madalitso a anthu, anachoka kuhema wa Ambuye kukafunafuna nzeru zake. Apa Ambuye anaulula yankho lavutoli. Anapempha Mose kuti azitcha anthu onse. Pamaso pawo, anali woti azilankhula ndi thanthwe ndipo amalamula madzi. Mulungu amamva pempholi ndikupereka madzi kuchokera ku Thanthwe kuti anthu amwe.

Monga tanena kale, ili siyambiriro Mose atakhala m'thanthwe. Nthawi imeneyi, komabe, lamulo la Ambuye linali losiyana:

*8 Tengani ndodoyo, ndipo sonkhananitsani mpingo, inu ndi Aroni mbale wanu, nimuwuze mwala pamaso pawo kuti atulutse madzi ake. Chifukwa chake mudzatunga madzi m'thanthwe kwa iwo ndikumwa mowa kumpingo ndi ng'ombe zawo (Numeri 20)*

Nthawi yoyamba Mose anachita izi, Mulungu adamuuza kuti akanthe thanthwe (Ekisodo 17: 6). Nthawi ino, komabe, lamulo lomveka bwino la Mulungu linali kulankhula ndi mwala.

Mose anasonkhanitsa anthu monga Yehova anawalamulira. Zikuwonekeratu kuchokera pa mawu ake omwe Mose sanasangalale ndi anthu (onani Numeri 20:10). Aka sikanali koyamba kuti anthu asadakhulupirire Mulungu wawo. Mulungu anali atapulumutsidwa koma anthu anapitilizabe kudandaula ndipo sanakhulupirire iye. M'kwiyo wake, Mose adawauza kuti: "Tidzakutulutsirani madzi m'thanthwe ili?" (Numeri 20:10). Mwanjira ina, anali kunena china chonga ichi: Kodi simukumvetsa kuti tikufuna Mulungu? Kodi pali chilichonse chosatheka kwa iye? Kodi ndiyenera kutulutsa madzi m'thanthwe ili kuti ndikuwonetseni kuti

Mulungu adzakupatsani zosowa zanu? "Atalankhula ndi anthu motere ndi ndodo kawiri ndi anthu ake ambiri kuti amwe (Numeri 20:11).

Kumbukirani kuti Ambuye adapempha Mose kuti alankhule ndi Thanthwe. Mose sanamvere lamulo la Yehova ndipo anakantha mwalawo. Kodi nchifukwa ninji Mose sananyoze lamulo ili la Ambuye? Kodi anali atakuchitikira kanthu ake nthawi yotsiriza yomwe anatulutsira madzi m'thanthwe? Mwina sanamveredi Ambuye pomuuza zomwe amafuna kuti achite. Anali atatulutsa kale madzi kuchokera ku Roveke adadziwa zoyenera kuchita. Tikamaganiza kuti tikudziwa yankho, kuyesedwa sikumvetsera ku malangizowo. Ngakhale sitikudziwa chifukwa chake Mose sanamvere malangizo a Mulungu, sanamvere.

Kukhala kosavuta kunena kuti zomwe Mose adachita sizinali tchimo lalikulu. Anakantha thanthwelo m'malo mongoyankhula. Zachidziwikire kuti pali machimo oipitsitsa kuti izi. Komabe, pamaso pa Mulungu, Mose sanamvere. Chifukwa chauchimo wake, Mulungu adamuuza kuti sadzatenga anthu ake kudziko lolonjezedwa. Pambuyo pazaka zambiri zomwe zikugwira ntchito mpaka kumapeto, Mose sanali kudzaika pansi kokwera m'dziko lomwe anali atalakalaka. Chilango! Chilango ichi sichingakhale chophweka kumva ngati Mose wachita chigololo kapena kupha. Zomwe adachita zinali kugunda mwala. Kodi Chake Chachikulu?

Mulungu adauza Adamu ndi Hava kuti ali ndi ufulu wodya mitengo yonse m'munda wa Edene, sanadye zipatso za mtengo wakudziwitsa zabwino ndi zoyipa. Tsiku lina, Eva, adayesedwa ndi satana ndipo adatola imodzi ya chipatsocho kuchokera mumtengo woletsedwa ndikudya. Anapatsa mwamuna wakeyo kwa mwamuna wake ndipo anadyanso. Chifukwa cha kusamverako, Ambuye anawathamangitsa m'munda wa Edene. Tchimo linalowetsa dziko lapansi mwakumverana ndi anthu onse a anthu ku samvera ndi anthu ena kuchokera pamenepa adazikidwa pamsewu womwe udapita ku Gahena ndi kudzipatula kwamuyaya ndi Mulungu. Zonsezi zinachitika chifukwa Adamu ndi Hava anadya chipatso choletsedwa. (Onani Genesis 3).

Pakulanda mzinda wa Yeriko, munthu wodziwika ndi Akani anapeza zinthu zingapo zomwe anasilira pakati pa okhala mumzinda. Ngakhale lamulo la Ambuye kuwononga chilichonse ndikusatenga zosempha, Akani adawona kuti palibe cholakwika kutenga zinthu zochepa chabe. Poyerekeza ndi chuma ku Yeriko, chomwe adachitenga chinali ngati dontho lamadzi munyanja yayikulu. Mulungu ataona zomwe anachita, adachoka kwa anthu ake. Asitikali adasiyidwa osalimbana ndi adani awo. Anagonjetsedwa m'tawuni yaying'ono ya Ai chifukwa choti kukhalapo kwa Mulungu sikunalinso nawo.

Kodi tikuphunzirapo chiyani pamenepa? Mulungu amafuna kuti tizimvera kwathunthu. Kusamvera ngakhale kudera laling'ono kwambiri kwa moyo wathu ndi nkhani yayikulu. Mtumwi Yames akutiuza kuti:

*10 Pakuti amene aliyense amene amasunga malamulo onse koma alephera m'mbiri imodzi, wakhala ndi mlandu wa zonsezo.*
*(Yakobe 2)*

Mulungu saika machimo athu pamlingo kuti tiwalemetse. Ngati mwachimwa pamalo ocheperako m'moyo wanu mumakhala ochimwa monga iye amene anachimwa kwambiri. Palibe chotonthoza poti sindine wochimwa kuposa m'bale wanga. Tchimo langa laling'ono limayenera kulangidwa kwathunthu ngati machimo ake akulu. Sindinenso kuposa iye chifukwa inenso ndasiya Mulungu wanga.

Chosangalatsa mu ndimeyi ndi ichi, ngakhale uchimo wa Mose, Ambuye amatulutsa madzi m'thanthwe. Mose anali wosakhulupirika kwa Ambuye koma Mulungu analibebe wokhulupirika kwa anthu ake. Madalitsidwe a Mulungu kwa anthu ake adabwera ngakhale kuti adanyalanyaza lamulo la ambuye. Dalitsoli, komabe, sanamvere kusamvera. Mose akadayankhabe kwa Mulungu.

Timatumikira Mulungu amene sikuti nthawi zonse tisayenere:

*10 Samachita nafe monga machimo athu, kapena kutibwezera monga mwa zoyipa zathu. Popeza kumwamba kuli pamwamba pa dziko lapansi, kwakukulu ndi chikondi chake chachikulu kwa iwo akumuopa Iye; Kupita namwe kufika kumadzulo, mpaka anachotsa zolakwa zathu kwa ife. Monga momwe bambo amasonyezera chisoni ana ake, motero Yehova amawachitira chifundo anthu amene amuopa. (Salmo 103)*

Polembera Timoteo, mtumwi Paulo akanati:

*13 Ngati ndife opanda chikhulupiriro, amakhalabe wokhulupirika chifukwa sangadziletse yekha. (2 Timoteo 2]*

Palibe chomwe chingasinthe kukhulupirika kwa Mulungu kwa ife. Izi ndi zomwe Mose adakumana ndi tsiku lomwe adayimilira pathanthwelo. Anali wolakwa pamaso pa Mulungu ndipo ankawadziwa. Pamaso pa anthu onse adachimwa. Anawaimba za kusakhulupirika ndipo mphindi zochepa pambuyo pake adapezeka kuti wochimwa yemweyo. Anali olakwa monga anali. Ngakhale kuletsedwa ndi kusamvera, kumapazi kunatulutsa madzi abwino a kukhulupirika kwa Mulungu. Wochimwa wochimwa adadzaza m'madzi a mdalitsidwe wa Mulungu.

Mulungu wathu ndi Mulungu wachifundo ndi wachifundo. Samatichitira monga mwa machimo athu. Iye ndi Mulungu amene amatingoletsera ngakhale kuti tili ndi zolakwa. Iye ndi Mulungu amene sadzatisiya ngakhale titamusiya. Tiyenera kwambiri kuthokoza Mulungu chifukwa cha chifundo chake ndi chifundo chake.

Tsiku lomwelo, Mose anayimirira wolakwa pamaso pa Mulungu. Zomwe zidamuchitikira zidatulukira m'njira yomvera. Adalephera kumvera Mulungu mosamala m'njira zonse. Anaphunzira tsiku limenelo limayenera kugwa. Adayimirira pamaso pa anthu, kuwatsutsa chifukwa cha kupanduka komweko.

Ambuye Yesu adapanga fanizo la Mbusa wa Mbusa amene adayenda napereka mtumiki wake udindo wosamalira malo ake. Amamaliza fanizo lake ndi mawu akuti:

*47 Ndipo mtumiki ameneyo amene adadziwa ambuye ake sadzafuna koma sanakonzekere, kapena kukonzekera kutengera chifuniro chake, adzagunda kwambiri. 48 Koma amene sanadziwa, nachita zomwe adasedwa, adzalanditsa moto. Aliyense amene anapatsidwa zambiri, za iye zambiri zidzafunika, ndipo kwa iye amene adampeza, adzafunanso zina. (Luka 12)*

Mawuwa, aliyense amene anapatsidwa zambiri, za iye zambiri, ndipo kwa iye amene anawapatsa mphamvu, adzafuna zochulukirapo, ndizofunika kwambiri. Tidzayankha mlandu kwa Mulungu chifukwa cha zonse zomwe amapereka mu chisamaliro chathu. Mose anali ndi mwayi wolowapo kukhalapo kwa Mulungu. Zodabwitsa monga izi zinali, zinamupangitsa kuti akhale ndi udindo waukulu. Mulungu anali atamupatsa iye udindo mdziko munomo, koma wolamulira uja unabweretsa udindo waukulu. Mtumwi Yakobo adzati:

*1 Sikuti ambiri a inu muyenera kukhala aphunzitsi, abale anga, chifukwa mukudziwa kuti ifeyo amene timaphunzitsa zidzaweruzidwa ndi mtima wofuna kwambiri. (Yakobe 3)*
Iwo amene amaphunzitsa ndi kulalikira Mawu a Mulungu, adzaweruzidwa kwambiri ngati adzinyalanyaza zomwe amaphunzitsa. Ndikosavuta kwambiri kuti ife tikhumba ulemu ndi udindo. Momwe tiyenera kukhalira osamala, monga momwe timagwiritsira ntchito izi. Mose anatsitsa alonda ake, ndipo anakumana ndi zotsatirapo zake. Monga wofatsa monga iye anali, adatsitsidwa pamaso pa anthu. Anamvetsetsa tsiku lijalo, ndikofunikira kuti tinali ofunika motani kuti ayende kwathunthu ndi kumvera kwathunthu ndi kumvera. Anaphunzira kuti anali wosavuta kuperewera.

Mose akutiphunzitsa momwe tingafunikire kufunikira kuzindikira kutsogoleredwa ndi chitsogozo cha Ambuye. Amatiwonetsa kufunika kokhala okhulupirika ngakhale ziwonetsero zazing'ono. Amatikumbutsa kuti tikapatsidwa utumiki waukulu, tiyenera kukhala akhama kwambiri chifukwa ulamuliro waukulu kwambiri.

Mose sakanalowa nawo kulowa kudziko lapansi lolonjezedwa ndi makolo ake. Ankakwera pamwamba pa Phiri la Nebo ndipo kuchokera pamenepo onani kukula komanso kukongola kwa dzikolo koma Mulungu amatenga moyo wake tsiku lomwelo. Ntchito Yake yapadziko lapansi yomwe inatsirizidwa, Mose amalowa mu mpumulo Wamuyaya Wamuyaya ndikuwona zodabwitsa, chisomo ndi chifundo cha Mulungu amene adamthandiza ngakhale kuti ali ndi zizolowezi. Moyo wake ndi chitsanzo cha bambo wosavuta komanso wofatsa, yemwe anali kulimbana ndi kuthekera kwake. Sanali wangwiro, koma anali munthu yemwe amafuna Mulungu ndipo ankakhulupirira Mulungu mu utumiki womwe unali waukulu kwambiri kwa iye payekha. Mulungu atipatse chisomo kukhala ngati Mose.

**Zofunika Kuganizira:**

- Kodi Mulungu amalonjeza kuti moyo womwe mwatsogolera ndidzakhala wovuta? Kodi ndi zovuta zina ziti zomwe mwakumana nazo pamene mukutsatira Ambuye?

- Kodi mudayamba mwakhulupirira zomwe mumakumana nazo m'malo motsogozedwa ndi Ambuye? Kodi zinatheka bwanji Mose kukhala pamavuto?

- Kodi Mulungu nthawi zonse amachita zinthu zomwezo? Chifukwa chiyani kuli kofunikira kuti tifunefune ambuye omwe akutsogolera m'zinthu zonse?

- Kodi ndimeyi ikutiphunzitsa chiyani za kumvera Ambuye ngakhale kuti zinali zazing'ono?

- Kodi nchifukwa ninji timawona machimo ena oipa kuposa ena? Kodi Mulungu amawona tchimo motere?
- Kodi ndimeyi ikutiphunzitsa chiyani za mdalitso wa Mulungu ngakhale kuti ndife osamvera komanso olephera? Kodi tingayenere kupambana kwathu ndi dalitso la Mulungu pautumiki wathu?

- Kodi ndimeyi ikutiphunzitsa chiyani za zomwe anthu amene wapatsidwa udindo waukulu?

**Za Pemphero:**

- Funsani Mulungu kuti akusungeni kuti musang'udze zinthu ndi utumiki. Pemphani chisomo kuti mumumukhulupirire nthawi imeneyo.

- Funsani Mulungu kuti akuphunzitseni kuzindikira komwe kunatsogolera. Mupempheni kuti akuthandizeni kuyika chidaliro chachikulu mwa luso lanu ndi luso lanu.

- Tithokoze Ambuye kuti ngakhale zalephera, nthawi zambiri amadalitsika komanso mu utumiki wanu.

- Kodi Yehova akukupatsani ulamuliro wotani muutumiki? Kodi kuyimbira kwa moyo wanu ndi chiyani? Mupempheni kuti akuthandizeni kuchita izi mopepuka. Mupempheni kuti akuthandizeni kukhala akhama ndi omvera mu kugwiritsa ntchito mphatso zanu komanso poyimba foni yanu.

# Kuwala Kwa Njira Yanga Yogawika Book

Kuwala kunjira yanga (Ltmp) ndi buku lakale lolemba ndi kugawira ntchito yogawira anthu ogwira ntchito ku Asia, Latin America, ndi Africa. Ogwira ntchito zachikhristu ambiri m'maiko omwe akutukuka alibe chuma chofunikira kuti aphunzitse Baibulo kapena gulani zida zophunzirira Baibulo za mautumiki awo komanso kulimbikitsidwa. F. Wayne Mac Leod ndi membala wa mautumiki a zochitika zapadziko lonse lapansi ndipo walembedwa mabukuwa ndi cholinga chowagawa m'busa wosowa ndi ogwira ntchito achikhristu padziko lonse lapansi.

Tikakhala ndi mabuku masauzande ambiri akulalikira, kuphunzitsa, kufalitsa uthenga komanso kulimbikitsidwa kwa okhulupirira akumaloko ku mayiko oposa makumi asanu ndi limodzi. Mabuku tsopano atanthauziridwa zilankhulo zingapo. Cholinga ndikuwapangitsa kuti akhale okhulupirira ambiri momwe angathere.

Utumiki wa Ltmp ndi utumiki wa chikhulupiriro ndipo timakhulupirira Ambuye chifukwa cha chuma chofunikira kuti tisagawire mabukuwo kuti alimbikitsidwe padziko lonse lapansi. Kodi mupemphera kuti Ambuye atsegule zitseko za kumasulira ndi kufalitsa mabukuwa? Kuti mumve zambiri zokhudzana ndi kuwala kwa njira yanga yogawana ndi tsamba lathu ku https://www.lighttomypath.ca

www.ingramcontent.com/pod-product-compliance
Lightning Source LLC
Chambersburg PA
CBHW070154080526
44586CB00015B/1987